கண்ணகி தொன்மம்
சமூக மானுடவியல் ஆய்வு

ஆசிரியரின் பிற நூல்கள்
(காலச்சுவடு வெளியீடு)

- தொல்தமிழர் திருமணமுறைகள்: சமூக மானுடவியல் ஆய்வு (2016)
- இருபதாம் நூற்றாண்டுச் சிற்றிலக்கியங்கள் (2018)
- தொல்காப்பியம் (2022)
- காரைக்கால் அம்மையார் தொன்மம் (2023)

கண்ணகி தொன்மம்
சமூக மானுடவியல் ஆய்வு

சிலம்பு நா. செல்வராசு (பி. 1955)

புதுச்சேரி மொழியியல் பண்பாட்டு ஆராய்ச்சி நிறுவனத்தில் பணியாற்றிய இவர் சங்க இலக்கியம், காப்பியங்கள், நாட்டுப் புறவியல் முதலிய துறைகளில் முதன்மையான பங்களிப்பைச் செய்தவர். 40 நூல்களையும் 85 பதிப்பு நூல்களையும் 200 கட்டுரைகளையும் வெளியிட்டவர். 14 ஆய்வுத்திட்டங்களை நிறைவு செய்துள்ளவர். இவரது ஆராய்ச்சி நூல்களுக்குத் தமிழ்நாடு அரசு, புதுவை அரசு, தமிழ்நாடு கலை இலக்கியப் பெருமன்றம், தமிழ்நாடு முற்போக்கு எழுத்தாளர் கலைஞர்கள் சங்கம் முதலிய நிறுவனங்கள் விருதுகள் வழங்கியுள்ளன. நூற்றுக்கும் மேற்பட்ட கருத்தரங்குகள், பயிலரங்குகள் முதலிய வற்றை ஒருங்கிணைத்தவர். சமூகவியல் சமூக மானுடவியல் நோக்கிலான சங்க இலக்கிய ஆய்வுகள் மூலம் தனிக் கவனம் பெற்றிருப்பவர். இதே அணுகுமுறைகளின் வழித் தொல்காப்பியப் புலமையாளராகவும் விளங்குபவர். புதுச்சேரி அரசு இவருக்குத் தமிழ்மாமணி விருதினை அளித்துள்ளது.

● அன்பார்ந்த வாசகருக்கு,

வணக்கம்.

காலச்சுவடு நூலை வாங்கியமைக்கு நன்றி.

நூலின் உள்ளடக்கம், உருவாக்கம், அட்டைப்படம் இன்ன பிற அம்சங்கள் பற்றிய உங்கள் கருத்துகளையும் ஆலோசனைகளையும் காலச்சுவடு வரவேற்கிறது. தகவல், எழுத்து, வாக்கியப் பிழைகள் தென்பட்டால் அவசியம் தெரிவித்து உதவுங்கள். நூல் தயாரிப்பில் கடும் குறைபாடு இருப்பின் மாற்றுப் பிரதி உங்களுக்குக் கிடைக்கக் காலச்சுவடு ஏற்பாடு செய்யும்.

மின்னஞ்சல்: **publisher@kalachuvadu.com**

காலச்சுவடு நாகர்கோவில் அலுவலகத்திற்குக் கடிதம் அனுப்பலாம்.

தங்கள்
எஸ்.ஆர். சுந்தரம் *(கண்ணன்)*
பதிப்பாளர் – நிர்வாக இயக்குநர்

Unauthorised use of the contents of this published book, whether in e-book or hardcopy format, for any type of Artificial Intelligence (AI) training — including but not limited to Machine Learning, Deep Learning, Natural Language Processing, Computer Vision, Chatbot Training, Image Recognition Systems, Recommendation Engines, and Language Models — is strictly prohibited without prior licensing from the publisher. Any such unauthorised use may result in legal action.

சிலம்பு நா. செல்வராசு

கண்ணகி தொன்மம்

சமூக மானுடவியல் ஆய்வு

காலச்சுவடு பதிப்பகம்

கண்ணகி தொன்மம்: சமூக மானுடவியல் ஆய்வு ❖ ஆய்வு நூல் ❖ ஆசிரியர்: சிலம்பு நா. செல்வராசு ❖ © சிலம்பு நா. செல்வராசு ❖ முதல் பதிப்பு: டிசம்பர் 2013, பத்தாம் பதிப்பு: அக்டோபர் 2025 ❖ வெளியீடு: காலச்சுவடு பப்ளிகேஷன்ஸ் (பி) லிட்., 669, கே. பி. சாலை, நாகர்கோவில் 629001

kaNNaki tonmam ❖ Monograph on the Kannagi myth ❖ Author: Silambu N. Selvaraj ❖ © Silambu N. Selvaraj ❖ Language: Tamil ❖ First Edition: 2013, Tenth Edition: October 2025 ❖ Size: Demy 1 x 8 ❖ Paper: 18.6 kg maplitho ❖ Pages: 96

Published by Kalachuvadu Publications Pvt.Ltd., 669, K.P. Road, Nagercoil 629001, India ❖ Phone: 91-4652-278525 ❖ e-mail: publications @kalachuvadu.com ❖ Printed at Clicto Print, Jaleel Towers, 42 KB Dasan Road, Teynampet Chennai 600018

ISBN: 978-93-82033-22-6

10/2025/S.No. 557, kcp 6064, 18.6 (10) uss

பொருளடக்கம்

முன்னுரை — 9

I. கண்ணகி தொன்மம் — 13
1. கண்ணகி தொன்மம்
2. சிலப்பதிகாரமும் வரலாற்று உருவாக்கமும்
3. சிலப்பதிகாரமும் மொழி அரசியலும்

II. கண்ணகி தொன்மத்தின் மூலம் — 17
4. கண்ணகி தொன்மம்: வடமொழி மூலம்
5. கண்ணகி தொன்மம்: உரோம இசிஸ் தொன்ம மூலம்
6. பத்தினி: கணவனுக்காகப் போராடும் மனைவி
7. கணவனுக்காகப் போராடுதலும் கணவனைக் கொலை செய்தலும் பெண்மை அரசியலும் ஆண்மை அரசியலும்

III. சிலப்பதிகார மூலத்தொன்மங்கள்: மறுவாசிப்பு — 28
8. பத்தினிச் செய்யுள்
9. திருமாவுண்ணி தொன்மம்
10. கண்ணகி பேகன் தொன்மம்

IV. பத்தினியர் வரலாறு: மறுவாசிப்பு — 38
11. பத்தினியரும் பத்தினி வழிபாடும்: கண்ணகிக்கு முன்

V. கண்ணகி தொன்ம உருவாக்கமும் புராதனத் தமிழ்ச் சமூக மரபுகளும் — 48
12. கண்ணகி: தாய்ச்சமூக மரபுகள்
13. பெண்: முலையறுப்பு மூலம் எதிரியை அழித்தல்

14. கண்ணகி முலையறுப்பு
15. தமிழிலக்கியங்களில் முலையறுப்பு
16. ஈழவப் பெண் முலையறுப்பு
17. அமேசான் போராளிப் பெண்கள் முலையறுப்பு
18. புத்த சாதகக் கதைகளில் பெண்கள் முலையறுப்பு
19. பாட், சாரன்: பாணர் மரபில் முலையறுப்பு
20. பாட், சாரன் பாணர் மரபும் வேட்டுவ வரியும் வெட்சி, கரந்தை மரபும்
21. தாய்வழிச் சமூகத்தில் முலை ஆற்றல்
22. முலை ஆற்றலும் அணங்கு ஆற்றலும்
23. முலை அணங்கு: எதிரியை அழித்தல்

VI. கண்ணகி மழை ஆற்றல்   70

24. பெண்: மழையை ஏவல் கொள்ளுதல்
25. கண்ணகி மழை ஆற்றல்: தாய்ச் சமூக மரபு
26. பியூப்லோ – சூனி இன மக்களின் மழை ஆற்றல்
27. தமிழ்ப் பண்பாட்டு மரபில் மழையை ஏவல் கொள்ளுதல்
28. சங்க காலத் திணைக்குடியினர் பண்பாட்டில் மழை வேண்டல்
29. கண்ணகி மழையாற்றல்: தாய்வழியிலிருந்து தந்தைவழிக்கு
30. கண்ணகி மழையாற்றல்: படிமலர்ச்சி நிலை

பின்னுரை   87

துணை நூல்கள்   93

முன்னுரை

இளங்கோவடிகள் எனும் படைப்பாளி – கண்ணகி தொன்மம் – சிலப்பதிகாரம் எனும் பிரதி – இம்மூன்றும் காப்பிய அடிப்படையில் ஒற்றைப் பொருண்மை உடையவை. "கண்ணகி வரலாற்றைக் கேட்டறிந்த இளங்கோவடிகள் சிலப்பதிகாரம் எனும் காப்பியத்தை இயற்றினார்" என்பது ஒற்றைப் பொருண்மையின் விரிவாக்கம். ஆயின் இம்மூன்றுமே பன்முகப்பட்ட நிலைகளையும் அவற்றிற்கான பண்பாட்டு, சமய, சமூக அரசியலின் இயங்கு தளத்தையும் பெற்றவை. இளங்கோவடிகள் எனும் துறவி சமயத் துறவி அல்லர்; அவர் அரசியல் துறவு பூண்டவர். பேரரசு உருவாக்கக் காலத்தில் வாழ்ந்த அவர்தம் வரலாறு அவ்வுருவாக்கத்திற்கான அடிக்கட்டுமானத்துள் எவ்வாறு இயக்கம் பெற்றது என்பது தனி ஆய்விற்குரியது (தொ. பரமசிவன், 2013). சிலப்பதிகாரம் எனும் பிரதியும் அது தோன்றிய காலந்தொட்டு இன்றுவரை நிகழ்த்தி வரும் 'இலக்கிய அரசியல்' என்பதும் விரிந்த பன்முகப்பட்ட ஆய்விற் குரியவை. இவற்றைப் போலவே கண்ணகி தொன்மம் என்பதும் பன்முகம் கொண்டது.

நிலம் – பொழுது எனும் இரண்டின் நீட்சிமை அடியாகக் கண்ணகி தொன்மத்தின் செயற்பாட்டைப் புரிந்துகொள்ளுதல் வேண்டும். கண்ணகி தொன் மத்தைச் சிலப்பதிகாரத்துள் மட்டுமே அடக்குவது என்பது அத்தொன்மத்தின் பண்பாட்டு, சமய, சமூக இயக்கத்தின் கூறுகளை அறியவிடாமல் செய்துவிடும். கண்ணகி தொன்மம் தமிழ்நாட்டைக் கடந்து கேரள

மண்ணிலும் இலங்கை மண்ணிலும் ஆற்றலுடன் தன் ஆளுமையைச் செலுத்தி உள்ளது. கண்ணகி தொன்மத்தின் மூலத்தைத் தேடிக் கிரேக்க எகிப்திய நாகரிகத்திற்குள்ளும் வட இந்தியப் பண்பாட்டிற்குள்ளும் ஆய்வாளர் சிலர் பயணம் செய்துள்ளதையும் அறிய முடிகின்றது. கண்ணகி தொன்மம் சார்ந்த பண்பாட்டு மரபுகள் பழங்குடியினர்தம் பாணர் மரபில் அடையாளம் காணப்பட்டுள்ளன.

இவ்வாறு கண்ணகி தொன்மத்தின் நில எல்லையின் நீட்சி அமையும் வேளையில் அத்தொன்மத்தின் கால எல்லையும் முன் - பின் நீண்டு விரிவடைகிற தன்மையை உணர முடிகின்றது. கண்ணகி தொன்மத்தின் பண்பாட்டுக் கூறுகள் பலவற்றையும் தமிழகத்தின் புராதன தாய்வழிச் சமூக அமைப்பில்தான் இனம் காண முடிகின்றது. முலையறுப்பு, மழை ஆற்றல், தீயை ஏவல் கொள்ளுதல் முதலியனவும் இவற்றிற்கு அடிப்படையான அணங் காற்றல் முதலியனவும் தாய்வழிச் சமூகத்திற்குரிய நம்பிக்கை சார்ந்த வழக்காறுகள் ஆகும். கண்ணகி தொன்மம் பத்தினி வழிபாட்டோடு இணைந்த நிலையில் அதனுள் தொழிற்பட்ட ஆண் - மைய அதிகார அரசியல் மிகவும் நுட்பம் வாய்ந்தது. இந்த அரசியல் ஒரு பெண்ணின் ஆற்றல் யாவும் ஆண் எனும் கணவன் வழியேதான் உருவாயின என்பதைச் சமூகத்தில் கட்டமைத்தது. கண்ணகி ஆற்றல்/தொன்மம் பத்தினி வழிபாடாக மாறிய பின்பு அது தாய்த் தெய்வ மரபோடு குறிப்பாகக் கொற்றவை, பகவதி, காளி, மாரி முதலிய வழிபாட்டு மரபுகளுடன் உள்வாங்கப் பெற்று உருமாற்றம் அடைந்தது. இந்நிலையில் நாட்டார் வழக் காற்றில் அச்சந்தரும் காளியின் தோற்றத்துடன் கண்ணகி வெளிப் பட்டாள். இக்காலத் தமிழ்ப் பண்பாட்டு மரபிலும் கலை இலக்கிய மரபிலும் சமய மரபிலும் அரசியல் மரபிலும் கண்ணகி தொன்மம் நீக்கமறப் பரவிப் படர்ந்துள்ளமையை அறியும்போது அத்தொன்மம் கால எல்லைகளைக் கடந்து ஆதிக்கம் செலுத்தி வருவதை உணர முடியும்.

இக்குறுநூல் கண்ணகி தொன்மத்தைக் கட்டமைத்துள்ள தாய்வழிச் சமூக மரபுகளைச் சமூக மானுடவியல் பார்வையில் மீட்டுருவாக்கம் செய்வதாக உருவாக்கப்பட்டுள்ளது. கண்ணகியின் முலையறுப்பு ஏன்? அதன் ஆற்றல் எத்தகையது? மழையை எவ்வாறு ஏவல்கொள்ள முடியும் முதலான வினாக்களுக்கான விடையை இந்நூல் சமூக மானுடவியல் அணுகுமுறையில் அணுகி உள்ளது.

○

என் பெயரில் உள்ள ‘சிலம்பு’ என்ற அடைமொழி 1987ஆம் ஆண்டு உருவானது. புதுவைப் பல்கலைக்கழகத்தில்

முனைவர் பட்ட ஆராய்ச்சியை மேற்கொண்டபோது ஒரே தலைப்பெழுத்திலும் ஒரே பெயரிலும் இருவர் ஆய்வினை மேற்கொண்டிருந்தோம். எங்கள் பெயர்க் குழப்பத்தை நீக்கப் பேராசிரியர் க.ப. அறவாணன் அவர்கள் பெயர் மாற்றத்தைச் செய்தார். சிலப்பதிகாரத்தை ஆராய்ச்சி செய்யவிருந்த காரணத் தால் எனக்குச் 'சிலம்பு' என்ற அடைமொழியைச் சேர்த்தார். அதுமுதல் அப்பெயர் பரவலாக அறிமுகமாயிற்று. மற்றபடி சிலம்புச் செல்வர் போன்றோ சிலம்பொலியார் போன்றோ ஆழங்காற்பட்ட பயிற்சியாலோ சிலப்பதிகாரத்திற்குச் செய்த அளப்பரிய தொண்டாலோ அப்பெயர் எனக்கு வரவில்லை. ஆனால், பேராசிரியர் க.ப. அறவாணன் அவர்கள் 'சிலம்பு நா. செல்வராசு' எனும் பெயருக்கு ஏற்பச் சிலப்பதிகார ஆய்வில் நான் முழுமைபெற வேண்டும் என்ற பெருவிருப்பைக் கொண் டிருந்தார்கள். ஆனாலும் அம்முழுமையை அடைய நான் நிரம்ப உழைக்க வேண்டி இருந்தது. இந்த முழுமையை நோக்கிய பயணத்தின் ஒரு மைல்கல்தான் இந்த நூல். என்னிடமிருந்து ஒரு நூல் வெளிவருகிறது என்றால் முதலாவதாகப் பெருமிதமும் மகிழ்ச்சியும் கொள்பவர் எம் பேராசிரியர் க.ப. அறவாணன் அவர்கள். இந்நூலுக்கான தரவுகளைத் தேடி அலைந்தபோது உதவி செய்தவர் தம்பி பேராசிரியர் இரா. அறவேந்தன் அவர்கள். மொழிபெயர்ப்புப் பணியில் துணை செய்தோர் புதுச்சேரி துளசி சந்திரசேகர் அவர்களும் யாழ்ப்பாணம் சண்முகராஜா சிறிகாந்தன் அவர்களும். மெய்ப்புத் திருத்தம் செய்து உதவியவர் இளவல் இரா. கந்தசாமி அவர்கள். நூலை உருவாக்கத் தூண்டுகோலாகத் திகழ்ந்தவர் மானிடவியல் அறிஞரும் இயக்குநருமாகிய பக்தவத்சல பாரதி அவர்கள். இவரே அறிமுக உரை ஒன்றையும் அளித்திருக்கிறார். நூல் வெளிவருவதற்குப் பேருதவி புரிந்தவர் அறிஞர் அ.கா. பெருமாள் அவர்கள். நூலட்டைக்கான படத்தை எப்போதும்போல் தமது தொகுப்பில் இருந்து தந்து உதவியவர் புகைப்படக் கவிஞர் புதுவை இளவேனில். நூலினை வெளியிடும் காலச்சுவடு பதிப்பகத்தார், குறிப்பாகச் சகோதரர் கண்ணன் அவர்களை நன்றியோடு நினைவுகூருதல் வேண்டும்.

இவர்கள் அனைவருக்கும் நெஞ்சம் நிறைந்த நன்றிகள்.

புதுச்சேரி — *அன்பன்*
09.08.2013 — **சிலம்பு நா. செல்வராசு**

I

கண்ணகி தொன்மம்

கண்ணகி தொன்மத்தை அறிந்துகொள்ள முதன்மை நிலையில் துணை செய்வது சிலப்பதி காரப் பதிகம் ஆகும். குணவாயிற் கோட்டத்தில் அரசு துறந்து துறவியாக அமர்ந்து இருந்த இளங்கோ அடிகளிடம் குன்றக் குறவர் ஒன்றுகூடி வந்து கண்ணகி விண்புலம் போன நிகழ்ச்சியைக் கூறியுள்ளனர். கண்ணகி வேங்கை மரத்தடியில் ஒரு முலை இழந்த நிலையில் நிற்க, கோவலன் தேவர்களோடு வந்து அவளை வானகத்திற்கு அழைத்துச் செல்கிறான். இதனைக் கண்டு பெரும் மருட்கை எய்திய குறவர்கள் "இறும்பூது போலும் அஃது அறிந்தருள் நீயென" என்று இளங்கோவடி களிடம் எடுத்துரைத்தனர். அப்போது அவ்விடத்து உடன் இருந்த சாத்தனார் 'யான் அறிவேன் அவ் வரலாறு' என்று கூறிக் கண்ணகி வரலாற்றை இளங்கோவடிகளிடம் எடுத்துரைத்தார். புகார் நகரப் பெரு வணிகன் கோவலன் கண்ணகியை மணந்ததும் பின் அவளைப் பிரிந்து மாதவியுடன் வாழ்ந்து பெரும் பொருளை இழந்ததும் மீண்டும் கண்ணகியை அடைந்த கோவலன் பொருளீட்ட மனைவியோடு மதுரை அடைந்ததும் அங்குச் சிலம்பு விற்கச் சென்று கள்வன் எனக் குற்றம் சுமத்தப் பெற்றுக் கொலையுண்டதும் இது கேட்ட கண்ணகி வெகுண்டெழுந்து பாண்டியனிடம் வழக்குரைத்துத் தன் ஒரு முலையை அறுத்து

மதுரையை எரியூட்டியதும் ஆன இவ்வரலாற்றைச் சாத்தனார் எடுத்துரைத்தார். கண்ணகி முலையறுத்து மதுரையை எரியூட்டியபோது அவள் பின்னாக மதுராபதித் தெய்வம் தோன்றி அவளை ஆற்றுப்படுத்துகிறது. அச்சமயத்தில் வெள்ளியம் பலத்தில் படுத்திருந்த சாத்தனார் அந்நிகழ்ச்சியை அறிந்ததாக இளங்கோவடிகளிடம் கூறியுள்ளார். இதன் பின்னரே இளங்கோவடிகள் சிலப்பதிகாரக் காப்பியத்தை இயற்றத் தொடங்கி உள்ளார்.

> உரையிடை யிட்ட பாட்டுடைச் செய்யுள்
> உரைசால் அடிகள் அருள மதுரைக்
> கூலவாணிகன் சாத்தன் கேட்டனன்
>
> (சிலம்பு. பதி. 87 – 89)

என்று இளங்கோவடிகள் பாடிய காப்பியத்தைச் சாத்தனார் கேட்டதாகவும் பதிகம் விளக்கிச் செல்கிறது.

சிலப்பதிகாரமும் வரலாற்று உருவாக்கமும்

சிலப்பதிகாரப் பதிகம் வரலாற்று நிலையில் முதன்மை மிக்க செய்திகளைப் பதிவு செய்துள்ளது. கண்ணகி தொன்மப் புனைவோடு தமிழ் வேந்தர்தம் வரலாற்றுச் செய்திகளையும் அது இணைக்கக் காணலாம். தமிழர் X வடவர் என்ற நிலையில் ஒரு வகையான தமிழ்த் தேசிய நீரோட்டத்தை இப்பதிக மரபில் இனம்காண முடியும். செம்மாந்த நிலையில் தமிழர் வரலாற்றைப் பதிகம் பதிவுசெய்ய அதுவே சென்ற நூற்றாண்டில் தமிழகத்தில் தோன்றிய பலவேறு தமிழ்த் தேசியம் சார்ந்த இயக்கங்களுக்குத் துணையாகிப் போனது.

சிலப்பதிகாரக் காப்பியத்தை 1892இல் உ.வே. சாமிநாதையர் வெளியிட்ட உடனே அது அக்காலத் தமிழாராய்ச்சியாளரைக் கவர்ந்து கொண்டது. குறிப்பாகக் கனகசபைப் பிள்ளை (1855 – 1906) சுந்தரம் பிள்ளை (1855 – 1917) ஆகியோர் தமது ஆய்வுகளுக்குச் சிலப்பதிகாரத்தைப் பெருமளவுக்குப் பயன்படுத்தினர். தமிழியல் வரலாற்றில் ஒரு திருப்புமுனை என்று கருதப்பட்ட ஆயிரத்தெண்ணூறு ஆண்டுகட்கு முற்பட்ட தமிழர் என்ற நூலை எழுதுவதற்குக் கனகசபைப் பிள்ளை சிலப்பதிகாரத்தையே பெருமளவு பயன் கொண்டுள்ளார். இந்நூலில் தமிழகப் புவியியல், தமிழ்க்குடிகள், அயல்நாட்டு வாணிகம், சமயம், மெய்யியல், சோழர், சேரர், பாண்டியர், குறுநில

மன்னர், புலவர் முதலியோர் சரிதங்களும் விளக்கங்களும் விளக்கமாய் விவரிக்கப்பட்டன. இவை யாவற்றுக்கும் ஆசிரியர் சிலப்பதிகாரத்தையே ஆதார நூலாகக் கொண்டார். ஆயிரத்தெண்ணூறு ஆண்டுகட்கு முற்பட்ட தமிழகம் என்று அவர் கருதியது சிலப்பதிகாரத் தமிழகத்தையே ஆகும் (கைலாசபதி. 1970).

சிலப்பதிகாரப் பதிகமும் பிரதியும் ஒன்று சேர்ந்து ஒரு வகையான 'சமகாலத் தன்மையைச்' சிலப்பதிகாரத்திற்கு அளித்துள்ளதை உணர முடிகின்றது. குறிப்பிட்ட ஒரு காலச் சூழலில் நிகழ்ந்த நிகழ்வுகளை அந்நிகழ்வுக் காலச் சமூக அரசியல் பண்பாட்டுப் பின்புலத்தில் சிலப்பதிகாரம் உருவாக்கப் பட்டமையைச் 'சமகாலத் தன்மை'ப் பிரதி என்று கூற முடியும்.

சிலப்பதிகாரமும் மொழி அரசியலும்

சிலப்பதிகாரத்தின் அடிப்படையில் உருவாக்கப் பெற்ற வரலாற்றிற்கு எதிரான வாதங்களும் ஒரு நூற்றாண்டிற்கு முன்னரே முன் வைக்கப்பெற்றன. சிலப்பதிகாரம் கூறும் வரலாற்றுச் செய்திகளின் மெய்ம்மைத் தன்மையை ஆராய்ச்சிக்கு உட்படுத்தல் வேண்டும் என்றும் அச்செய்திகளுள் பெரும் பான்மை புனைவுகளாக வெளிப்பட்டுள்ளன என்றும் கருத்துகள் உருப்பெற்றன.

மரபு வழி வந்த சில கருத்துக்களையும் இசைப்பாடல் வடிவங்களையும் வடமொழி மூலம் வந்த சில கதைகளையும் ஆதாரமாகக் கொண்டு சிற்சில சரித உண்மைகளை அடிப்படை யாகக் கொண்டே இளங்கோவடிகள் தமது காப்பியத்தை இயற்றினார் என்பதை வையாபுரிப்பிள்ளை (1954) மிக விரிவாகவே தமது நூலில் குறிப்பிட்டுள்ளதை அறிய முடிகின்றது. சிலப்பதி காரத்தின் வரலாற்று உண்மை பற்றிக் கருத்துரைக்கும் கைலாசபதி (1970).

> சேரமன்னர் சிலரைப் பற்றிய செய்திகள் பதிற்றுப் பத்தில் இடம் பெறாதனவாய் வாய் மொழியாக நிலவின என்றும் இத்தகைய செய்திகளைப் பயன் படுத்தித் தன்னையும் கதையுடன் தொடர்புபடுத்தி நீண்டதொரு தொடர் நிலைச் செய்யுளை இளங்கோ வடிகள் இயற்றினார் என்றும் இதனை நுணுகி விரிவுபட எடுத்துரைக்கத் தான் விரும்பவில்லை என்றும் கூறிய கருத்துகள் கவனத்துள் கொள்ள வேண்டியவை.

கைலாசபதி (1970) வையாபுரிப்பிள்ளை (1954) முதலானோர்க்கு முன்னதாகவே பி.டி. சீனிவாச ஐயங்கார் (1929) சிலப்பதிகாரம் பழந்தமிழ் மன்னர்கள் பற்றிய கட்டுக் கதைகளின் வற்றாத களஞ்சியம் என்றுரைத்தார். சிலப்பதிகாரம் தமிழர்க்கான வரலாற்று நூல் என்பது ஒருபுறமும் அது கட்டுக் கதைகளின் களஞ்சியம் என்பது ஒருபுறமும் ஆகச் சிலப்பதிகாரம் பற்றி ஒரு நூற்றாண்டு ஆராய்ச்சி வரலாறு தமிழகத்தில் நடையிட்டுள்ளது. ஒவ்வொரு சாராரும் தத்தமது கருத்துகளுக்கான தரவுகளை நெறிப்படவே தேடித் தந்துள்ளமையைப் பாராட்டத்தான் வேண்டும். சிலப்பதிகார ஆய்வு ஒரு நூற்றாண்டைக் கடந்துவிட்ட நிலையில் இன்றைய நவீனக் கோட்பாடுகளின் பின்னணியிலும் தரவுகளின் அடிப்படையிலும் கண்ணகி தொன்மத்தை ஆராய்தல் வேண்டும்.

II

கண்ணகி தொன்மத்தின் மூலம்

கண்ணகி தொன்மம்: வடமொழி மூலம்

கண்ணகி தொன்மம் அல்லது பத்தினி வழிபாடு என்பது அயலிடத்தில் இருந்து தமிழகத் திற்கு வந்துள்ளது என்ற கருத்தும் ஆய்வுலகில் உண்டு. கண்ணகி தொன்மம் தமிழகத்திற்குரியது அன்று என்பதை நிறுவுவதற்குப் பொது நிலையில் பத்தினி வழிபாடு எனும் கருத்துநிலை முன்வைக்கப் பெற்றது. கண்ணகி எனும் பெயரே தமிழ்ப் பெயர் அன்று என மு. ராகவையங்கார் தமது ஆராய்ச்சி யில் நிறுவி உள்ளார். கண்ணகி எனும் பெயர் வடமொழி மூலத்திலிருந்து உருவானது என்றும் வடமொழித் தொன்மத்தில் உள்ள பதினொரு தேவதைகளுள் ஒருத்தியின் பெயரே அது என்றும் அவர் விளக்கினார். அப்பகுதி வருமாறு:

'ஒரு மாமணியாய் உலகிற் கோங்கிய திருமாமணி' என்பது ஈண்டு ஆராய்ச்சிக்குரியதா கின்றது. 'இவ்வுலகுக்கு முழு மாணிக்கம் போன்று உயர்ச்சி பெற்றுப் பெண்ணுருக் கொண்ட திருமணி' என்பது இதற்கு அடியார்க்கு நல்லார் எழுதிய உரை. இத் தொடருள் ஒரு மாமணியாய்... ஓங்கிய 'திருமாமணி' என இருமுறை 'மாமணி' கூறப்பட் டிருப்பதன் உட்கருத்தை ஆராய்தல் வேண்டும்.

பத்தினி தேவியை 'உலகுக்கு ஒரு மாமணியாய்... என்று சாலினி கூறிவிட்டமையின் அங்ஙனம் மாமணியான திருமா மணி என்று பின்னரும் கூறிய தொடர்பு அத்தேவியின் இயற்பெயரை அதன் உறுப்புப் பொருள் விளங்க வேறு வகையாற் குறித்தவாறாம். திருமாமணி என்பது திருமகள் தங்கும் சீரிய மணி என்னும் பொருளது. திருவளர் தாமரையைத் திருமலர் என முன்னோர் கூறலும் ஒப்பிடுக. திருமகள் தங்கும் மாமணியாவது தாமரைக் கொட்டை அல்லது பொகுட்டாகும். கொட்டை என்பது பொகுட்டு என்ற பொருளில் வழங்கியவாறே அதன் பரியாயமான மணி என்பது அப்பொருள் பெற நின்றதென உணர்க. கோவலன் தேவியை இங்ஙனம் திருமகட்கு உறைவிடமான தாமரைப் பொகுட்டு என்றதனால் அவளது இயற்பெயர் குறிப்பிக்கப்பட்டதாயிற்று. என்னை? கர்ணக, கர்ணிக என்ற பொருளை உணர்த்தும் வடசொல் அடியாக அவ்வியற்பெயர் பிறந்தாகலின் என்க. கர்ணகா என்பது அப்ஸரஸ் பதினொருவருள் ஒருத்தியின் பெயராக மகாபாரதத்தால் அறியப்படுதலும் பதுமபீடமான பொகுட்டுப் போன்றவள் என்பது அதன் உறுப்புப் பொருளாதலும் இங்கு அறியத்தகும். ஆகவே கர்ணகா அல்லது கர்ணிகா என்பது கண்ணகி எனத் தமிழில் மருவியது எனல் பெரிதும் பொருத்தமாதல் காணலாம்', (மு. ராகவையங்கார்.1938).

மு. ராகவையங்கார் (1938) ஆய்விலிருந்து பின்வரும் முடிவுகள் பெறப்படுகின்றன.

1. கர்ணக, கர்ணிகா எனும் சொல்லில் இருந்தே கண்ணகி எனும் பெயர் தோன்றியிருக்க வேண்டும்.

2. கர்ணிகை என்பவள் தேவகணத்தாருள் ஒருத்தி. மேனகை, ஊர்வசி, கர்ணிகை, கிருதாசி, வச்சாசி முதலிய அப்ஸரஸ் பதினொருவருள் கர்ணிகையும் ஒருத்தி.

3. வடமொழியில் கர்ணக, கர்ணிக எனும் சொற்கள் திருமகள் தங்கும் தாமரைப் பீடத்தைக் குறிக்கும்.

4. இதே பொருளில்தான் கண்ணகியைக் குறித்து வேட்டுவ வரியில் சாலினி

ஒருமாமணியாய் உலகிற்கு ஓங்கிய
திருமாமணி

(சிலம்பு. வேட்டுவ. 49,50)

என்று குறிப்பிட்டுள்ளாள்.

5. மேல் பாடலடியில் வரும் திருமாமணி என்பது திருமகள் தங்கும் தாமரைப் பீடத்தைக் குறித்து அதுவே 'கர்ணிக' எனும் இயற்பெயரைச் சுட்டியுள்ளது.

6. திரு = திருமகள், மாமணி = சீரியமணி > தாமரைப் பொகுட்டு – திருமகள் தங்கும் தாமரைப்பீடம் = கர்ணிக, என்பது பொருள்.

7. இவ்வாறு பெயர் பொருத்தப்பாட்டை ஆராயும் மு. ராகவையங்கார் நற்றிணைப் பாடல் ஒன்று (219) சுட்டும் திருமாவுண்ணி என்ற பெயர் திருமாமணி என்று இருந்து பின்னர்ப் பாடபேதமாகத் திருமாவுண்ணி என மாறி இருக்க வேண்டும் என்றும் முடிவு கூறுவர்.

மு. ராகவையங்கார் சிறந்த ஆராய்ச்சியாளர் என்பதை அவர்தம் ஆய்வுகளே மெய்யுறுத்தும். என்றாலும் கண்ணகி பெயர் பற்றிய ஆராய்ச்சியில் வலிந்து வடமொழிச் சார்பைப் புகுத்த வேண்டிய நிலை ஏன் தோன்றியது என்பது புலனாகவில்லை. தமிழ் மூலங்கள் எல்லாவற்றிற்கும் வடமொழியைத் தேடி அலைந்த இலக்கிய அரசியலின் பின்புலத்தில் இக்கருத்தைப் பொருத்திப் பார்க்கப் பொருந்தும். கண்ணகி என்பது தமிழ்ப் பெயர் என்பதற்குச் சங்கச் சொல்லாட்சியிலும் சான்று உண்டு. நக்கண்ணையார் என்று அறியப்படும் சங்கப் பெண்பாற் புலவர் பெயருக்கும் கண்ணகி பெயர்க்கும் தொடர்பு உண்டு. நக்கண்ணையார் என்ற பெயரை

நகு + கண்

என்று பிரித்துப் பொருள் காணுதல் வேண்டும்.

நகு + கண் > நக்கண் என்று இச்சொல் அமைவு பெறும். நகு=நகுதல் என்ற பொருளில் "சிரிக்கும் கண்களை உடையவள்" என்பதாக நக்கண்ணையார் எனும் பெயர் அமைந்துள்ளது. நக் + உ + கண் > நக்கண் என்று இச்சொல் அமையும். இவ்வாறே கண்ணகி என்ற பெயரும்

கண் + நகு + இ

என்றவாறு அமைந்து 'கண்களின் சிரிப்பு' அல்லது 'கண்ணால் நகைப்பவள்' எனும் பொருளைப் பெற்றுள்ளது. நாட்டுப்புற வழக்காற்றில் கண்ணகியின் பெயர் 'கண்ணகை' என்று அமைந்துள்ளதையும் இணைத்து நோக்குதல் வேண்டும்.

ஈழத்துக் கண்ணகி வழிபாட்டு மரபில் கண்ணகியின் பெயர் 'கண்ணகை' என்றே குறிப்பிடப்பெறுகின்றது. ஈழத்தின் கண்ணகி வழிபாடு பெரும் எழுச்சியோடு கொண்டாடப் பெறுகின்றது. வழிபாட்டு மரபுகள், சடங்குகள், விளையாட்டுகள், பாடல்கள், காவியங்கள் என ஈழத்துக் கண்ணகி மரபு விரிவான களத்தை அடிப்படையாகக் கொண்டுள்ளது. ஈழத்தமிழர்கள் கண்ணகியைக் கண்ணகை அம்மன் என்று அழைக்கின்றனர். ஈழத்தில் கண்ணகி குறித்த காவியங்கள் வழிபாட்டுப் பாடல்கள் முதலானவை பலவும் கண்ணகியைக் கண்ணகை என்றே குறிப்பிடக் காணலாம்.

கண்ணகை அம்மன் குளுத்திப்பாடல், அங்காணமைக் கடவை கண்ணகை அம்மன் காவியம், வற்றாப்பழைக் கண்ணகை அம்மன் காவியம், பட்டிமேடு, தாண்டவன் வெளி கண்ணகை அம்மன் காவியம், தம்புலுவில், பட்டிநகர், கன்னன்குடா கண்ணகை அம்மன் மழைக்காவியம் முதலியன கண்ணகியைக் கண்ணகை என்று குறிப்பிடக் காணலாம். கண்ணகை எனும் இந்தப் பெயரும் கண்+நகை என்றவாறு கண்களின் சிரிப்பு அல்லது சிரிக்கும் கண்கள் எனும் பொருளைத் தருகின்றது.

ஆகக் 'கண்' என்ற சொல்லும் 'நகை' என்ற சொல்லும் தூய தமிழ்ச் சொல்லாய் இருந்து கண்ணகி எனும் பெயர் உருவாகக் காரணங்களாக இருந்துள்ளன என்று முடிவு உரைப்பதே சரியானதாக இருக்கும். மாறாக வடச்சொல்லான 'கர்ணிகை' எனும் சொல்லில் இருந்து உருவானது என்று முடிவு உரைப்பது தேவையற்றது. எனவே கண்ணகி எனும் பெயர் தமிழ்ப்பெயரே என்பதை உணர்தல் வேண்டும்.

கண்ணகி தொன்மம்: உரோம இசிஸ் தொன்ம மூலம்

பத்தினி வழிபாடு உரோம நாட்டிலிருந்து இந்தியாவிற்கு வந்து பரவியது என்ற கருத்தும் உண்டு. பைனெஸ் (*Fynes, R.c.c. 1993*) எழுதிய ஆய்வுக் கட்டுரை ஒன்றும் குறிப்பிடத் தக்கது. இசிஸ் – பத்தினி: உரோம நாட்டிலிருந்து இந்தியாவிற்குப் பரவிய சமயக் கருத்து (*Isis and Pattini : The Transmission of a Religious Idea From Roman Egypt to India*) எனும் அந்தக் கட்டுரை தன் கணவனுக்காகப் போராடும் மனைவியின் தொன்மக் கதையை விவரித்து அத்தகு பத்தினியர் பற்றிய வழிபாட்டு மரபுகள் உரோமிலிருந்து இந்தியாவிற்குள் பரவின என்று பைனெஸ் (*Fynes*) விவரித்துள்ளார். இது பற்றிய விவரங்கள் வருமாறு.

வில்லியம் தாமஸ் என்பவர் 1786ஆம் ஆண்டு நிகழ்த்திய ஆராய்ச்சி குறிப்பிடத்தக்கது. இதன்படி இசிஸ் (*Isis*) வழிபாட்டு மரபானது புராதன எகிப்திலிருந்து இந்தியாவில் பரவிய தன்மையை அவர் விவரித்துள்ளார். எகிப்து நாட்டின் இசிஸ் தெய்வத்தையும் ஒசிரிஸ் (*Osiris*) தெய்வத்தையும் இந்திய மரபில் உள்ள ஈஸ்வர, ஈஸ்வரி வழிபாட்டுடன் இணைத்து நோக்கி உள்ளார். இரண்டு வழிபாட்டு மரபுமே இயற்கையின் ஆற்றலை மையமிட்டவை. இதற்குப் பின்புலமாகப் பல்வேறு வரலாற்றுத் தரவுகள் இருந்திருக்க வேண்டும். வில்லியம் தாமஸ் (1784) ஆய்வின்படி இசிஸ் வழிபாட்டு மரபுகள் இந்தியாவில் பரவி அவை பத்தினி வழிபாட்டு மரபுகளுக்கு அடிப்படையாக ஆகி இருக்க வேண்டும் என்று குறிப்பிட்டுள்ளார். என்றாலும் பைனெஸ் (*Fynes, R.c.c*) கருத்தின்படி வில்லியம் தாமஸின் கருதுகோளுக்குத் தகுந்த ஆதாரங்கள் இல்லை என்பது தெரிய வருகின்றது. ஆயினும் இரு வழிபாட்டு மரபுகளிலும் சில ஒற்றுமைகள் உண்டு.

கி.மு.3ஆம் நூற்றாண்டு அளவில் இசிஸ் பெண் தெய்வம் ஒசிரிஸ் தெய்வத்தின் ஆளுகைக்குள் இருந்துள்ளதற்குத் தரவுகள் கிடைத்துள்ளன. கணவன் இறந்துவிட அதனால் ஏற்படும் மிகத் துயரமான சூழ்நிலை – அச்சூழ்நிலைக்குள் ஆழ்ந்திருந்த பெண் குழுவிலிருந்து இசிஸ் பெண் வழிபாட்டு மரபுகள் தோன்றியிருக்க வேண்டும். புராதன காலத்தில் இப்பெண் தெய்வம் அனைத்துக் கடவுளருக்கும் தாயாகவும் இரண்டு எகிப்தியர்களுக்குத் தலைவியாகவும் மனிதர்களுக்கும் கடவுளருக்கும் உயிர்ப்பாற்றல் வழங்குகின்ற பெண் தெய்வமாகவும் உருவாக்கப்பட்டிருந்தாள்.

புளுடார்ச் (*Plutarch*) என்பவர் இசிஸ் வழிபாட்டு மரபுகளை விரிவுபட ஆராய்ந்துள்ளார். இவரது கருத்தின்படி இசிஸ் தொன்மம் கி.மு.120களில் எழுதப்பட்டதாகத் தெரிகிறது. இத்தொன்மம் ஒசிரிஸ் பூமித்தெய்வத்தின் மகனாகவும் இசிஸ் அவனுடைய சகோதரியாகவும் சித்திரித்துள்ளது. இசிஸ் ஒசிரிஸின் சகோதரியாக இருப்பதாலேயே அவள் அவனுடைய மனைவியாகவும் இருக்கிறாள் (இது சகோதர மணத்தை வெளிப்படுத்துவது). ஒசிரிஸ் எகிப்து மன்னனாக இருந்தபோது ஆதி மக்களை விலங்கு நிலையிலிருந்து மீட்டெடுத்துள்ளான். மக்களுக்கு ஒழுக்க விதிகளைக் கற்றுத் தந்ததுடன் உணவு பயிரிடும் முறையையும் கற்றுக் கொடுத்தான். உலகம் முழுவதும் சென்று மனித இனத்தை நாகரிக நிலைக்கு உயர்த்தினான்.

ஒசிரிஸ் எகிப்தை விட்டு வெளியே சென்றிருந்த போது அவனுடைய சகோதரன் செத் (*Seth*) என்பவன் ஒசிரிஸ்க்கு எதிராகச் சூழ்ச்சி செய்து அவனைக் கொன்றுவிடுகிறான். ஒசிரிஸைச் செத் தாக்கும்போது ஒசிரிஸின் மார்பிலிருந்து நீர் பெருக்கெடுத்து நைல் நதியாகக் கடலைத் திறந்து விட்டது. இசிஸ் இதனை அறிந்து மிகச் சோகத்தில் ஆழ்ந்துபோகிறாள். அழுது புலம்பியபடி அவள் ஒசிரிஸைத் தேடிப் போவதற்குள் அவன் மார்பைச் சூழ்ந்து எகிப்திய அத்தி மரம் வளர்ந்திருந்தது. பைப்லோஸ் (*Byblos*) மன்னன் இந்த அத்தி மரத்தை விரும்பித் தன் மாளிகைக்கான தூண்களைச் செய்யக் கொண்டு சென்றான். பல இடங்களில் தேடி அலைந்த இசிஸ் இறுதியில் பைப்லோஸ் அரண்மனையை அடைந்து மரமாக வளர்ந்திருந்த தன் கணவன் உடலைப் பிச்சையாகக் கேட்டுப் பெறுகிறாள். மரத்தையும் ஒசிரிஸின் சவப்பெட்டியையும் எடுத்து இசிஸ் பூட்டோ (*Buto*) எனும் இடத்திற்குக் கடல் வழியாகச் செல்கிறாள். அங்கே அவள் மகன் ஹோருஸைக் (*Horus*) கண்டு அங்கே தங்குகிறாள். வேட்டைக்குச் சென்ற செத் (*Seth*) திரும்பி வந்து சவப் பெட்டியில் ஒசிரிஸின் உடலைக் கண்டு அதனைத் துண்டு துண்டாக வெட்டி எறிகிறான். மீண்டும் இசிஸ் அத்துண்டு களை ஒன்றிணைத்துத் தன் கணவனை உருவாக்குகிறாள். அதற்குள் அவனது ஆண் உறுப்பைக் கடல் மீன்கள் தின்று விடுகின்றன. இந்நிலையில் இசிஸ் தன் மகன் ஹோருஸ் உடலில் புகுந்து நீண்ட போராட்டத்திற்குப் பின் செத்தைக் (*Seth*) கொல்கிறாள். அதன்பின் தன் கணவன் உடலுடன் உறவு கொண்டு மீண்டும் ஒரு மகனைப் பெற்றெடுக்கிறாள்.

இவ்வாறாக இத்தொன்மம் விரிவடைந்து செல்வதை விவரிக்கும் பைனெஸ் (*Fynes, R.C.C*) இந்தத் தொன்ம மூலங்களே இந்தியாவில் பத்தினி வழிபாட்டு மரபுகளை வடிவமைத்தன என்று முடிவுரைத்துள்ளார்.

பத்தினி: கணவனுக்காகப் போராடும் மனைவி

பத்தினி தொன்மம் “கணவனுக்காகப் போராடும் மனைவி” என்ற தத்துவத்தை அடிப்படையாகக் கொண்டது. கணவனுக் காகப் போராடும் கற்புக்கரசிகள் பற்றிய தொன்மங்கள் இந்தியாவில் பலவாகக் காணப்படுகின்றன. இவை எல்லா வற்றிற்கும் மூலங்கள் அயலிடத்தில் இருந்துதான் வந்தன என்று கூறுவது ஒருவகையான ஆய்வுமுறை. அதேபோல் அதனை மறுத்துக் கூறுவதும் ஒருவகையான ஆய்வுமுறையாகும்.

தமிழ் மொழி, தமிழினப் பண்பாட்டுக் கூறுகள் பலவும் வடமொழி மரபிலிருந்துதான் வந்தவை என்று கூறுவதிலும் அவற்றை நிலை நாட்டுவதிலும் பலருக்கு ஆர்வம் உண்டு. தமிழில் முதலில் எழுதப்பட்ட தொல்காப்பியத்திற்கு முன் மாதிரிகளை வழங்கியது வடமொழி மரபு என்று கூறுவது உண்டு. இதுபோல் தமிழ்நாட்டில் ஓடும் காவிரி நதிகூடக் கங்கையிடம் இருந்து பெற்றது என்று கூறுவது உண்டு. இவற்றிற்குத் தொல்காப்பியப் பாயிர உரைகளே தக்க சான்று களாகும். இவ்வாறு கூறுவது ஒருவகையான இலக்கிய அரசியலின் பாற்பட்டது.

கணவனுக்காகப் போராடுதலும் கணவனைக் கொலை செய்தலும்

'கணவனுக்காகப் போராடும் மனைவி' என்ற தொன்மத்தின் தொடக்க நிலையை அறிய வேண்டுமென்றால் தாய்வழிச் சமூக அமைப்பில் தொழிற்பட்ட 'கணவனைக் கொலை செய்தல்' எனும் தொன்மத்தை நன்கு புரிந்துகொள்ள வேண்டும். இந்த வகையான புரிதல் ஒன்றே பைனெஸ் (Fynes, R.C.C) கருத்தை மறுக்க உதவும் கருவியாகும். இதனைச் சற்றே விளக்கலாம். தாய்வழிச் சமூக அமைப்பில் அதுவும் புராதன தாய்ச் சமூக அமைப்பில் கணவனைக் கொலை செய்தல் அல்லது அரசக் கொலை என்பது இயல்பான நடைமுறையாகும். இதுபற்றி ரோஸலிண்ட் மைல்ஸ் (மொ. பெ. ராதாகிருஷ்ணன், 2001) கூறும் விவரிப்புகள் வருமாறு:

"ஆற்றல்மிக்க அன்னை ஆதிகாலத்தில் சர்வ வல்லமை படைத்தவளாக இருந்தாள். அதிகாரத்தையும் மனித வாழ்வையும் சாவையும் உறுதிப்படுத்தும் சக்தியைப் பெற்றிருந்தாள். பெண் தெய்வீக அரசியாக இருக்கும்போது அரசன் கொல்லப்பட வேண்டும் என்பது மரபாகும். ஆற்றல் மிக்க பெண் தெய்வத்தின் மூர்க்கமான சிற்றின்ப வேட்கையும் குருதி வேட்கையும் ஒன்றிணைந்த நிலையில் அரசனைக் கொலை செய்யும் மரபு வெளிப்படுகின்றது. இங்கு 'அரசன்' என்பவன் உண்மையில் அரசியாகிய பெண் தெய்வத்துடன் உடலுறவு கொள்வதற்காகத் தேர்ந்தெடுக்கப்பட்ட ஆண்மகனின் பட்டப் பெயராகும். இது பெண் தெய்வத்திற்குத் தெய்வீக வாழ்க்கைத் துணையாக ஆண் செயல்படுகிற புனிதத் திருமணம் என்று பிற்கால ஆராய்ச்சியாளர்களால் விவரிக்கப்பட்டது. புராணங்களில் அரசன் சடங்குமுறையாகப் பலியிடப்படுவது பல நிலைகளில்

வெளிப்படுகின்றது. அமரத்துவம் வாய்ந்த தாயானவள் இறக்கும் தன்மையுள்ள ஒரு காதலனையே தேர்ந்தெடுக்கிறாள். டெமிடெரின் கதையில் துணிச்சலான இயாஷன் ஒரு தானிய வயலின் உழவுச்சாலில் தானிய உணவுப் பெண் தெய்வத்துடன் உறவு கொள்கிறான். பின்பு கொலை செய்யப்படுகிறான். இவ்வாறான தொன்மங்களில் காதலனாகச் செயல்படுவது பெண் தெய்வத்தின் இளைய சகோதரனாகவோ அல்லது மகனாகவோ இருப்பது வழக்கம். கில்காமேஷ் காவியத்தில் கில்காமேஷ் இஸ்டார் பெண் தெய்வத்தை நோக்கி 'உன்னுடைய காதலர்களில் யாரையாவது நீ காதலித்தது உண்டா? எந்தக் காதலன் எல்லாக் காலத்திலும் உனக்கு மகிழ்ச்சியை அளித்திருக் கிறான்' என்று வினவுகிறான். நினே வெஹ்ஹின் அனெய்திஸ் என்ற பெண் தெய்வம் ஆண்டுதோறும் மிக அழகிய இளைஞனைக் காதலனாகப் பெற்றுப் பின்னர் அவனைக் கொலை செய்ய வேண்டியிருக்கிறாள். காதலன் வண்ணங்கள் பூசப்பெற்றும் அணிகளை அணிந்தும் பெண் தெய்வக் கருவி யாகிய கோடரியைக் கையில் ஏந்தியும் ஒரு பகல் ஒரு இரவு முழுவதும் பெண் மதகுருவுடன் கருஞ்சிப்பான விதானத்தின் கீழ் உறவுகொள்ள வேண்டும். பின்னர் அவன் வாசனைத் திரவியங்கள் நிரம்பிய மரத்துண்டு மேடையில் கிடத்தி எரியூட்டப் பெற்றுக் கொல்லப்பெற்றான். அயர்லாந்தில் உள்ள ஆற்றல்மிக்க பெண் தெய்வத்தின் பெண்மதகுரு தேர்ந்தெடுக்கப் பட்ட காதலனை உறவு கொண்ட பின்னர்த் தலையைக் கொய்து கொலை செய்துள்ளாள். அரசனை அல்லது காதலனைக் கொலை செய்வது என்பது அண்மைக்காலப் பத்தொன்பதாம் நூற்றாண்டுவரை நிலவி வந்துள்ளதை வரலாற்றாசிரியர்கள் விவரித்துள்ளனர்."

காதலன் கொலை அல்லது அரசக் கொலை என்பதைப் பிற்காலத்து வழக்கில் கணவன் கொலை என்பதாகப் பொருள்படுத்திப் பார்க்க முடியும். இவ்வாறான கொலையின் பொருண்மையைச் சங்கத் தமிழில் வழக்கில் உள்ள 'அணங்கு' எனும் பொருளோடும் நாட்டுப்புற வழக்கில் உள்ள 'மோகினி' எனும் பொருளோடும் பொருத்திப் பார்க்க முடியும். அணங்கு – தீண்டி வருத்தும் தன்மையை உடையது. மோகினி இளைஞரை மயக்கிச் சென்று கொல்லும் தன்மை உடையது. இதுபற்றி இந்த எழுத்துரையின் பிற்பகுதியில் விரிவாகக் காணலாம். தாய்வழிச் சமூக அமைப்பில் கணவர்களை ஒழித்துக்கட்டியது போலத் தந்தைவழிச் சமூக அமைப்பில் மனைவியர் ஒழித்துக் கட்டப்பட்டனர். இதன் இலக்கிய வடிவத்தையே தலைக்கற்பு,

இடைக்கற்பு, கடைக்கற்பு என்பதான புனைவாக மணிமேகலை முன்வைக்கக் காண்கிறோம். வரலாற்றுக்கு முற்பட்ட காலத்துத் தந்தைவழிச் சமூக அமைப்பில் பெண்கள் எவ்வாறு கொத்துக் கொத்தாகக் கொலை செய்யப்பட்டார்கள் என்பதையும் ரோஸலிண்ட் மைல்ஸ் விவரிப்பதை அறிய முடிகின்றது. கணவன் கொலை செய்யப்படுவது எவ்வாறு பதிலிக் கொலையாக மாற்றம் பெறுகின்றது என்பதும் கணவன் – மனைவி கொலை களுக்கு நடுவே மகனின் செயற்பாடு எவ்வாறு அமைந்தது என்பதும் மிக விரிவான விளக்கங்கள் ஆகும். அவை பற்றி விளக்கங்களை இங்கே கூற வேண்டியது இல்லை (தேவை இருப்பின் விரிவிற்குப் பார்க்க: சிலம்பு நா. செல்வராசு. 2010 "தாய்க்கொலை" கட்டுரை).

தாய்வழிச் சமூக அமைப்பில் கணவனைக் கொலை செய்யும் தொன்மம் தந்தைவழிச் சமூக அமைப்பில் கணவனுக் காகப் போராடும் மனைவி தொன்மமாக மாற்றம் அடைந்திருத் தல் வேண்டும். தாய்ச் சமூக மரபுகள் பலவும் பின்னாளில் தந்தைவழிச் சமூக அமைப்பில் ஆணுக்கு உரியவையாக மாற்றம் பெற்றதையும் அறிதல் வேண்டும். சான்றுக்கு ஒன்றைக் குறிப்பிட வேண்டும். தாய்வழிச் சமூக அமைப்பில் மழையையும் நீரையும் ஏவல் கொண்டதாக நம்பப்பெற்ற மரபு பின்னாளில் கணவனைத் தொழுவதன் மூலந்தான் பெண்ணுக்குக் கைவந்தது என்று புனைந்துரைக்கப்பட்டது (விரிவிற்குக் காண்க: சிலம்பு நா. செல்வராசு. 2002).

கணவனுக்காகப் போராடுவது, கணவனுக்காக வாழ்வது, கணவனே தெய்வம் என்ற கருத்துருக்கள் தோன்றுவதற்குக் காரணம் தந்தைவழிச் சமூக அமைப்பின் ஆண் அதிகார அரசியல் மட்டும் காரணம் அன்று. தாய்வழிச் சமூக அமைப்பின் கணவன் கொலையும் ஒரு பெருங்காரணமாகச் சுட்டுதல் வேண்டும். இந்தக் காரணத்தை நியாயப்படுத்தும் பௌராணிக மரபுகளுள் ஒன்றே பத்தினி வழிபாடு. பத்தினி வழிபாடு, பத்தினி வரலாறு, தமிழ் மரபின் கற்பு மரபுகள் முதலியவற்றையும் இங்கே நினைவுகூர்தல் வேண்டும்.

எனவே பத்தினி வழிபாடு என்பது தமிழ் மண்ணிற்கு உரியதாகக் கருத வேண்டுமே ஒழிய வேறு நாட்டிலிருந்து இங்குப் பரவியது என்பது முற்றும் பொருந்தாக் கூற்றாகும். ஒரு பண்பாட்டு மரபோ அல்லது வழிபாட்டு மரபோ ஓர் இடத்திலிருந்து இன்னோர் இடத்திற்குப் பரவியது என்று ஆராய்ந்து கூறுவது ஒரு புறம் இருக்க வெவ்வேறு இடங்களில்

ஒரே மாதிரியான மரபு தோன்றுவதையும் ஆய்வுகள் கண்டுரைத்துள்ளன. இதனைப் புரிந்துகொள்ள 'மனித இனத்தின் உளவழி ஒற்றுமை' எனும் கோட்பாடு துணை செய்யும் (பக்தவத்சலபாரதி. 1990).

"பண்பாட்டிலோ அல்லது மனித வாழ்விலோ மேற்கொள்ளப்பெறும் செயல்களின் ஒட்டுமொத்த முடிவு அனைத்து மக்களிடையேயும் அடிப்படையில் ஒற்றுமையைப் பெற்று விடுகிறது எனும் கருதுகோளே மானுடவியலில் தொடக்கக் காலத்தில் வகுக்கப் பெற்ற மிகச் சில கோட்பாடுகளுள் ஒன்றாகும். இக்கோட்பாட்டை நிலை நிறுத்துவதில் அடால்ப் பாஸ்டின் வகுத்த 'மனித இனத்தின் உளவழி ஒற்றுமை' எனும் கோட்பாடு துணை நின்றது. ஒரு பண்பாட்டில் காணப்படும் தன்மைகள் மற்றொரு பண்பாட்டிலும் காணப்படுவது அந்த இரு பண்பாட்டிலும் உள்ள மனித நடத்தை முறைகளின் ஒற்றுமையைக் காட்டுகிறது. மனிதர்கள் அனைவரும் ஒரு குறிப்பிட்ட தூண்டுதலுக்கு ஒரு குறிப்பிட்ட துலங்களைக் கொண்ட ஒத்த உளப்பாங்கினையும் மனச்செயல்களையும் கொண்டுள்ளனர். அடிப்படையில் அனைத்து மனித இனத்தவர்களும் ஒத்த மன வளமையினைப் பெற்றவர்கள். ஒத்த அளவில் சிந்திக்கும் திறனுடையவர்கள். இருவேறு குழுவினர் ஒரே தன்மையான முடிவினைக் காண்பர். இத்தன்மை மனிதர்கள் அனைவரும் கொண்டுள்ள உளவழி ஒற்றுமையைக் காட்டுகின்றது. பண்பாட்டின் உலகளாவிய பொதுத்தன்மை பற்றிச் செயற்பாட்டியல் கோட்பாட்டு அணுகுமுறையில் மாலினோவஸ்கி தனது நூலில் விரிவாக எழுதி உள்ளார். உலகம் முழுவதும் அனைத்து மக்களிடையே எழும் தேவைகளை நிறைவு செய்ய மக்கள் ஈடுபடும் ஒவ்வொரு வினைக்கும் ஒரே தன்மையான எதிர்வினையே காணப்படுகிறது. ஒவ்வொரு பண்பாட்டுத் துலங்களும் மனிதனின் அடிப்படைத் தேவைகளை நிறைவுசெய்யும். இவை அடிப்படையில் அனைத்துப் பண்பாட்டிலும் ஒரு படித்தானவையாகக் காணப்படும் (பக்தவத்சல பாரதி. 1990).

அடால்ப் பாஸ்டின், மாலினோவஸ்கி முதலிய பண்பாட்டு ஆராய்ச்சியாளர்களின் கருத்துகள் வெவ்வேறு இடங்களில் வெவ்வேறு பண்பாடுகளில் காணப்படும் ஒரே தன்மையான பண்பாட்டு மரபுகள் அந்தந்தப் பண்பாட்டிலிருந்து உருவானவையே என்பதை உறுதி செய்கின்றன. கண்ணகி தொன்மத்தில் கண்ணகி பெயர் எவ்வாறு தமிழ்ப்பெயராக விளங்குகிறதோ அதுபோலவே கண்ணகி வழிபாடாகிய பத்தினி வழிபாடும் தமிழ்ப்பண்பாட்டிலிருந்து தோன்றியது என்ற முடிவிற்கு வர முடியும்.

III

சிலப்பதிகார மூலத்தொன்மங்கள்: மறுவாசிப்பு

சிலப்பதிகாரம் இயற்றப்படுவதற்கு முன்பே கண்ணகி தொன்மம் தமிழ்ச் சமூக அமைப்பில் வழக்கில் இருந்ததற்கான சான்றுகள் உள்ளன. இச்சான்றுகளைப் பின்வருமாறு வரிசைப் படுத்தலாம்.

1. பத்தினிச் செய்யுள்
2. திருமாவுண்ணி தொன்மம்
3. கண்ணகி பேகன் தொன்மம்

இத்தகு மூலங்களில் இருந்துதான் கண்ணகி தொன்மம் உருவானதா? அல்லது இவை வேறு வேறான மூலங்களைக் கொண்டவையா? என்பதும் ஆய்விற்குரியவை ஆகின்றன. இவற்றைப் பற்றி இனி விரிவாக ஆராயலாம்.

பத்தினிச் செய்யுள்

பத்தினி என்ற பெயருடைய புலவர் ஒருவர் பழங்காலத்தில் பத்தினிச் செய்யுள் எனும் பெயரில் நூல் ஒன்றை இயற்றியதாகத் தோன்றுகிறது. யாப்பருங்கல விருத்தி உரையில் 'ஆரிடப் போலி'

எனும் இலக்கண அமைப்பிற்கு மேற்கோளாக ஒரு செய்யுள் காட்டப் பெற்றுள்ளது. அச்செய்யுள் வருமாறு,

கண்டகம் பற்றிக் கடகமணி துளங்க
ஒண்செங் குருதியின் ஓஓ கிடந்ததே – கெண்டிக்
கெழுதகை இல்லேன் கிடந்தூடப் பன்னாள்
அழுத கண்ணீர் துடைத்த கை

இச்செய்யுள் தனது கணவன் இறந்த நிலையில் பத்தினி ஒருத்தி புலம்புவதாக அமைந்துள்ளது. பல நாள் பிரிந்திருந்த கணவன் பின்பு வந்து தலையளி செய்து அன்பு கொண்டவனாக இருந்தான். அவனைப் பல நாள் பிரிந்திருந்த வழி ஆற்றாது அழுத நிலையில் அவன் அவள் கண்ணீரை மாற்றித் துடைத்து அருள் செய்தான். அவ்வாறு அருள் செய்த கைகள் இன்று குருதியில் அளைந்து கிடப்பதுவோ என்றவாறு அவள் மனைவி புலம்புவதாக மேல் பாடல் அமைந்துள்ளது. இப்பாடலை மேற்கோளாகக் காட்டி யாப்பருங்கல விருத்தியுரைக்காரர் எழுதும் உரை விளக்கம் வருமாறு:

“இத்தொடக்கத்துப் பெருஞ்சித்திரனார் செய்யுளும் ஔவையார் செய்யுளும் பத்தினிச் செய்யுளும் முதலாக உடையன எப்பாற்படுமெனில் ஆரிடப் போலி என்று வழங்கப் படும். இவையெல்லாம் இருடிகள் அல்லாத ஏனையராகி மனத்தது பாடவும் ஆகவும் கெடவும் பாடல் தரும் கபில, பரணர், கல்லாடர், மாமூலர், பெருஞ்சித்தனார் தொடக்கத் தோராலும் ஆரிடச் செய்யுள் போல மிகவும் குறையவும் பாடப்படுவன எனக் கொள்க.”

இந்த உரைவிளக்கம் இரண்டு செய்திகளை முன்வைத் துள்ளது. ஒன்று, கபிலர், பரணர், ஔவையார் முதலிய சங்கப் புலவருடன் ஒப்ப வைத்துப் பத்தினியையும் ஒரு புலவராக ஏற்றுக்கொண்டமை. இரண்டாவது கபில, பரணர், பத்தினி முதலிய பெருமக்கள் இருடிகளுக்கு இணையானோர் அல்லர்; மேலும், அவர்கள் குறைபாடுடைய செய்யுள் செய்யும் இயல்பினர் எனும் கருத்து.

இந்த உரைவிளக்கம் சங்கப் புலவர் வரிசையில் பத்தினியார் என்ற புலவர் இருந்தமையையும் அவர் பத்தினிச் செய்யுள் செய்தமையையும் விவரித்துள்ளது. இச்செய்யுள் கண்ணகி தொன்மத்தை அடியொற்றியதாக இருந்துள்ளமையையும் விளக்கி உள்ளது. ஆகச் சிலப்பதிகாரக் காலத்திற்கு முன்பே கண்ணகி தொன்மம் இலக்கிய வழக்குப் பெற்று விட்டமை தெரிய

வருகின்றது. இவற்றையெல்லாம் மிக விரிவாக விவரிக்கும் மு. ராகவையங்கார் (1938),

"இத்தகைய அரிய பத்தினிப்பாட்டை இளங்கோவடிகள் எடுத்தாளாமைக்குக் காரணம் தெரிந்திலது. ஆயினும் இச்செய்யுள் பத்தினிதேவியது என்ற வழக்குப் பழமையானது என்பதிற் சிறிதும் ஐயம் இல்லை. இவற்றால் ஆதிமந்தியார், வெள்ளி வீதியார் என்ற பேரிசை பெற்ற பெண்பாற் புலவர்கள் போல ஒப்புயர்வற்ற கற்பின் மாட்சியுடன் நல்லிசைப் புலமையும் வாய்ந்தவள் நம் பத்தினிதேவி என்பது பெறப்படுகின்றது."

என்று முடிவுரைப்பர். யாப்பருங்கலவிருத்தி உரையில் காணப்படுகின்ற "பத்தினிச் செய்யுள்" எனும் பெயரீட்டையும் அதற்கு எடுத்துக்காட்டாகக் காட்டப்பெற்றுள்ள வெண்பாச் செய்யுளையும் தவிர, அச்செய்யுள் பற்றிய வேறு செய்திகளை அறிய இயலவில்லை. ஆயின் எடுத்துக்காட்டுப் பாடலின் வழியே சிலப்பதிகாரம் போன்றதொரு 'கதைமரபு' பத்தினிச் செய்யுளில் பயின்றிருக்க வேண்டும் என்பதை ஊகிக்க முடிகின்றது. இப்பத்தினிச் செய்யுள் சங்கச் சான்றோர் கவிதை களோடு ஒப்பவைத்து யாப்பருங்கல விருத்தி உரை விவரித் துள்ளமை குறிப்பிடத்தக்கது. "பத்தினிச் செய்யுள்" எனும் பெயரீடு 'பத்தினியார் என்ற புலவர் இயற்றிய செய்யுள்' என்ற பொருளைத் தருவதோடு 'பத்தினி பற்றிய செய்யுள்' என்ற பொருளையும் தரவல்லது. ஆயின் உரைக்காரர் "பெருஞ் சித்திரனார் செய்யுளும் ஔவையார் செய்யுளும் பத்தினிச் செய்யுளும் முதலாக உடையன" என்று புலவர் வரிசையில் பெயர்களைப் பட்டியலிட்டுள்ளதால் மு. ராகவையங்கார் (1938) பத்தினியாரைப் புலவர் என்றே பொருள் கொண்டனர். இப்பத்தினிச் செய்யுள் தொடர்நிலைச் செய்யுளாகவோ அல்லது தனிக் கவிதைகளின் திரட்சியாகவோ இருந்திருக்க வேண்டும். கால வெள்ளத்தில் ஏராளமான தமிழ் இலக்கியங்கள் அழிந்தது போன்றே இதுவும் அழிந்திருக்க வேண்டும்.

திருமாவுண்ணி தொன்மம்

கண்ணகித் தொன்மத்தின் முன்னோடியாகக் கருதப்பெறும் திருமாவுண்ணி தொன்மத்தின் வரலாறு ஒன்று நற்றிணைப் பாடல் ஒன்றில் (216) இடம் பெற்றுள்ளமை குறிப்பிடத்தக்கது. இப்பாடலில் ஏதிலாளன் ஒருவனின் கொடுமையைப் பொறாத திருமாவுண்ணி தனது முலை ஒன்றை அறுத்துக்கொண்ட நிகழ்ச்சி சுட்டப் பெற்றுள்ளது. அப்பாடல் வருமாறு:

துனிதீர் கூட்டமொடு துன்னா ராயினும்
இனிதே காணுநர்க் காண்புழி வாழ்தல்
கண்ணுறு விழுமம் கைபோல் உதவி
நம்முறு துயரம் களையா ராயினும்
இன்னா தன்றே அவரில் ஊரே
எரிமருள் வேங்கை கடவுள் காக்கும்
குருகார் கழனியின் இதணத்து ஆங்கண்
ஏதிலாளன் கவலை கவற்ற
ஒருமுலை யறுத்த திருமா வுண்ணிக்
கேட்டோர் ஏனையர் ஆயினும்
வேட்டோ ரல்லது பிறர் இன்னாரே

(நற். 216)

இப்பாடல் பரத்தை கூற்றில் அமைந்த பாடல் ஆகும். தலைமகள் பாங்காயினார் கேட்பப் பரத்தை உரைப்பதாகப் பாடல் அமைந்துள்ளது. தலைமகன் மனம் கலந்து என்னுடன் கூடாரா யினும் அவரைக் காணுமாறு அவர் இடத்து இருந்து வாழ்தலே எமக்கு இனியதாகும். அவர் இல்லாத ஊர் எனக்கு இன்னா தாகும். ஒரு முலையறுத்த திருமாவுண்ணிக்கு உற்ற துயரை முன்வந்து உசாவியர்கள் இனியரே ஆயினும் அவளுக்குத் தன் கணவனல்லது பிறரெல்லாம் இன்னாரே ஆயினர் என்பது இப்பாடலின் பொருளாகும். திருமாவுண்ணியின் வரலாறும் கண்ணகி வரலாறும் ஒன்றா என்பது பற்றியும் திருமாவுண்ணி வரலாற்றிலிருந்துதான் கண்ணகி தொன்மம் உருவானது என்பது பற்றியும் இரண்டு தொன்மங்களுமே வேறு வேறானவை என்றும் ஆய்வுகள் நிகழ்த்தப்பட்டுள்ளன. மு. ராகவையங்கார் (1938) கைலாசபதி (1970) வையாபுரிப்பிள்ளை (1954) முதலியோர் இரண்டு தொன்மங்களுமே ஒன்று என்றும் ஒன்றின் தொடர்ச்சியே இன்னொன்று என்றும் கூறியுள்ளனர்.

'திருமாவுண்ணி என்பாள் ஏதிலாளன் ஒருவனால் பெருந் துயருக்குள்ளாகித் தன் ஒருமுலையை யறுத்தவள் என்பதும் அவள் வேங்கை மரத்தையடுத்த பரணருகே வந்து நின்றவள் என்பதும் அவ்விடத்து வந்த மக்கள் சிலர் அவள் நிலை கண்டு அவளூற்ற துயரை உசாவினர் என்பதும் ஆகிய வரலாறு கூறப்படுதல் காணலாம். இங்ஙனம் வேங்கை கீழ் நின்ற ஒரு முலையறுத்த திருமாவுண்ணி என்பவள் கோவலன் மனைவியே அன்றி வேறு யாவள் உளள்' (மு. ராகவையங்கார். 1938)

என்று மு. ராகவையங்கார் வினவக் காணலாம். இவரே திருமாவுண்ணி எனும் பெயர் திருமாமணி என்றிருத்தல்

வேண்டும் எனவும் திருமாமணி என்பது கண்ணகியின் இயற் பெயர் குறித்த பெயர் எனவும் கூறிய விளக்கங்கள் இந்த ஆய்வின் முற்பகுதியில் கூறப்பெற்றன. அவற்றை நினைவுகூர்க.

திருமாவுண்ணியும் கண்ணகியும் வேறு வேறானவர் என்று அறிஞர் சிலரும் கருத்துரைத்துள்ளனர். மயிலை சீனி.வேங்கடசாமி கருத்து இங்கே சுட்டுவதற்குரியது. அது வருமாறு: "பின்னத்தூர் நாராயணசாமியும் மு.ராகவையங்காரும் திருமாவுண்ணியும் கண்ணகியும் ஒருவரே என்று கருதினர். வையாபுரிப்பிள்ளையும் நீலகண்ட சாஸ்திரியும் திருமாவுண்ணி யின் கதை ஒரு பழைய கதை என்றும் அப்பழைய கதையிலிருந்தே கண்ணகியின் கதை தோன்றியது என்றும் கூறினர். இவர்கள் இவ்வாறு கருதச் செய்தவை இரண்டு செய்திகள். அவை திருமாவுண்ணியும் கண்ணகியும் வேங்கை மரத்தடியில் இருந்தனர் என்பது ஒன்று. இருவருமே ஒரு முலை குறைத்தனர் என்பது மற்றொன்று. மேற்போக்காகப் பார்க்கிறவர்களுக்கு இவர்தம் கருத்து உண்மைபோலத் தோன்றும். நுட்பமாக ஆராய்ந்து பார்க்கும்போது திருமாவுண்ணியின் கதைவேறு கண்ணகியின் கதை வேறு என்பதும் இருவரும் வெவ்வேறு காலத்தில் வாழ்ந்த வெவ்வேறு பெண்மணிகள் என்பதும் தெளிவாகும். வையாபுரிப்பிள்ளையும் நீலகண்டசாஸ்திரியும் கருதுவதுபோல இவை கற்பனைக் கதைகள் அல்ல. உண்மையில் நிகழ்ந்த வரலாற்று நிகழ்வுகள் என்பதே உண்மை" என்று மயிலை சீனி.வேங்கடசாமி நிறுவுவார். ஆனால் இரண்டு தொன்மங்களும் வேறு வேறு என்பதற்கான விளக்கங்களை இவர் தரவில்லை. இரு தொன்மங்களும் வேறு வேறு பெண்மணி கள் பற்றியவை என்பதைக் கே.கே.பிள்ளை (1981) விவரித்துள்ளார். அக்கருத்து வருமாறு:

இளங்கோவடிகள் இயற்றிய கண்ணகியின் கதை இலக்கியத்திற்குப் புதியது அன்று எனவும் ஏற்கெனவே தமிழ் இலக்கியத்தில் உள்ள செய்திகள் சிலவற்றைக் கொண்டு இளங்கோவடிகள் பாடினார் என்றும் சிலர் கூறுவர். நற்றிணைப் பாட்டு ஒன்றில் (216) 'ஏதிலாளன் கவலை கவற்ற ஒரு முலையறுத்த திருமாவுண்ணி' எனும் குறிப்பு ஒன்று உள்ளது. இத்திருமாவுண்ணி எனும் பெயர் கண்ணகியைக் குறித்தது என்று சிலர் கருதுவர். கூர்ந்து நோக்கினால் திருமாவுண்ணி பற்றிய செய்திக்கும் கண்ணகி வரலாற்றிற்கும் இடையே உள்ள முரண்பாடு நன்கு விளங்கும். திருமாவுண்ணியைப் பற்றிக் 'கேட்டோர் அனையராயினும் வேட்டோர் அல்லது பிறர் இன்னாரே' என்று நற்றிணைப் பாடல் கூறுகின்றது. அதாவது கேட்டார்கள் ஆயினும் அவளிடத்து அன்பு வைத்தவர்கள்

மட்டும் வருந்துவரே அன்றிப் பிறர் வருந்தார் என்பதாகும். ஏதிலாளன் செயலாலே கவலையுற்ற திருமாவுண்ணி ஒரு பரத்தையாதல் வேண்டும். தான் காதலித்த தலைவன் தன்னைக் கைவிட்ட காரணத்தால் வெகுண்டு அவள் தன் முலை ஒன்றை அறுத்துக் கொண்டனள். அச்செயலைக் கேட்ட அனைவரும் அவளிடத்து இரக்கம் கொண்டனர். ஆனால் அவள் செய்கைக்கு வருந்தவில்லை. அவளிடத்தில் அன்புடையவர்கள் மட்டுமே வருந்தினர். இப்பாடல் பரத்தை ஒருத்தி பாணற்காயினும் விறலிக்காயினும் தன் இன்னலைச் சொல்வது போன்று அமைந்த அகத்துறைப் பாடல் ஆகும். எனவே இத்திருமாவுண்ணி யின் கதையே சிலப்பதிகாரம் எனும் மாபெரும் காப்பியமாக மலர்ந்தது என்று கருதுவது பொருத்தமற்றது ஆகும். எனவே திருமாவுண்ணியின் கதைவேறு, கண்ணகி கதை வேறாகும். தன்னைக் கைவிட்ட கணவன் மேல் வெகுண்ட பெண்கள் தன் முலையொன்றை அறுத்துக்கொள்ளும் வழக்கம் பண்டைத் தமிழகத்தில் உண்டு போலும். கண்ணகியைப் பற்றிய அளவில் அவள்மீது அன்பு வைத்தவர்கள் என்றும் அன்பு வையாதவர்கள் என்றும் வேறுபாடுகள் வகுக்கும் மரபு இலக்கியத்தில் காணப்படவில்லை. ஆகையால் கண்ணகி வேறு திருமாவுண்ணி வேறு என்றே கொள்ள வேண்டும். ஒரு முலையைத் திருகி எறிந்த பெண்களின் கதைகள் பௌத்த சாசனங்களில் இடம் பெற்றுள்ளன (கே.கே. பிள்ளை. 1981).

கே.கே. பிள்ளையின் (1981) கருத்துகளில் கண்ணகி வேறு திருமாவுண்ணி வேறு என்று கூறப்படுவதுடன் காதலன் அல்லது கணவன் கொடுமை பொறாது ஒரு முலையை அறுத்துக் கொள்ளும் பெண்கள் பண்டைக் காலத்தில் வாழ்ந்துள்ளனர் என்பதும் தெரிய வருகின்றது. பௌத்த சாசனங்களில் குறிப்பாகப் புத்த சாதகக் கதைகளில் ஒரு முலையறுத்த மறக்குலப் பெண்கள் பற்றிய வரலாறுகள் இடம் பெற்றுள்ளன என்ற கருத்தை வையாபுரிப் பிள்ளையும் (1954) மயிலை சீனி. வேங்கடசாமியும் கூறியுள்ளதையும் கவனத்துள் கொள்ள வேண்டியுள்ளது. தாய் வழிச் சமூக அமைப்பில் பெண்களுக்கான முலைத் தொன்மம் குறித்த புரிதல் தோன்றும் போது கண்ணகி தொன்மம் பற்றிய புதிரும் அவிழக் கூடும். அது பற்றிய விளக்கங்களை இவ்வாய்வுரையின் பிற்பகுதியில் அறியலாம். எனவே ஒருமுலை குறைத்த பெண்களின் தொன்மம் பல என்பதை உணருதல் வேண்டும்.

கண்ணகி பேகன் தொன்மம்

புறநானூறு கடையெழு வள்ளல்களுள் ஒருவனாகப் பேகனைச் சுட்டுகிறது.

ஈர்ந்தண் சிலம்பின் இருள்தூங்கு நளிமுழை
அருந்திறல் கடவுள் காக்கும் உயர்சிமை
பெருங்கல் நாடன் பேகனும்

(புறம். 158)

மிக உயர்ந்த உச்சிகளை உடையதும் கடவுளால் காக்கப்
படுவதுமாகிய மலை நாட்டிற்குரியவன் பேகன்.

கான மஞ்ஞைக்குக் கலிங்கம் நல்கிய
அருந்திறல் அணங்கின் ஆவியர் பெருமகன்
பெருங்கல் நாடன் பேகன்

(சிறு. 86,87)

என்று சிறுபாணாற்றுப் படை பேகன் மயிலுக்குப் போர்வை
வழங்கிய வள்ளன்மையைக் குறிப்பிடும்.

ஆவியர் பெருமகன், பெருங்கல் நாடன், ஆவியர் கோ
என்ற பெயர்கள் பேகனைக் குறித்து வழங்கும் பெயர்கள்
ஆகும். வையாவிக் கோப்பெரும்பேகன் என்ற பெயர் புறநானூற்று
அடிக்குறிப்புகளில் (141 – 145) காணப் பெறுகின்றது. புலவர்
பெருஞ்சித்திரனார் பாரி, பேகன் முதலிய கடையெழு வள்ளல்
பெயர்களையும் குறிப்பிட்டு,

எழுவர் மாய்ந்த பின்னர்

(புறம். 158)

என்று விவரிப்பதால் அவர் காலத்தில் வள்ளல் எழுவரும்
மாய்ந்த தகவல் கிடைக்கின்றது. இவ்வள்ளலின் கொடைத்
தன்மை சங்கப் பாவலர்களால் பரக்கப் பேசப்பெற்றுள்ளது.

எத்துணை ஆயினும் ஈத்தல் நன்றென
மறுமை நோக்கின்றோ அன்றே
பிறர் வறுமை நோக்கின்று அவன் கைவண்மையே

(புறம். 141)

எனும் பாடல் பேகன் மறுமைப் பயன் கருதியவன் அல்லன்;
பிறர் வறுமையை ஒழிப்பதே கடமையாகக் கொண்டவன்
என்பதை விவரித்துள்ளது.

கொடை மடம்ப படுதல் அல்லது
படை மடம் படான்

(புறம். 142)

எனும் பாடல் பேகன் கொடை வழங்குவதில் வரையறை செய்யாதவன் என்பதை விளக்குகிறது. மேகமானது மழையாகப் பொழியும்போது குளம் என்றும் பாராது வயல் என்றும் பாராது உவர் நிலம் என்றும் பாராது எல்லாவிடத்தும் பொழியும். அது போலப் பேகனும் வரையாது அனைவருக்கும் வழங்கும் கொடை மடம் உடையவன் (மடம் = அறியாமை).

இத்தகு பெருஞ்சிறப்புடைய பேகன் தன் மனைவி கண்ணகியைப் பிரிந்து வாழ்ந்து வந்தனன்.

எம்போல் ஒருத்தி நலன் நயந்து என்றும்
வரூஉம் என்ப வயங்கு புகழ்ப் பேகன்
ஒல்லென ஒலிக்கும் தேரொடு
முல்லை வேலி நல்லூரானே

(புறம். 144)

முல்லையை வேலியாக உடைய நல்லூரிடத்துப் பெண் ஒருத்தியை விரும்பிய பேகன் தன் மனைவி கண்ணகியைத் துறந்து வேறொரு பெண்ணிடத்தே தங்கினான் என்பதை மேல் பாடலடிகள் விவரித்துள்ளன. இதன் காரணமாகக் கண்ணகி பெருந்துயர் உற்றமையையும் பாடலடிகள் விளக்கி உள்ளன.

இகுத்த கண்ணீர் நிறுத்தல் செல்லாள்
முலையகம் நனைப்ப விம்மி
குழல் இணைவது போல் அழுதனள் பெரிதே

(புறம். 143)

என்று புலவர்கள் கண்ணகியின் வருத்தத்தைப் புனைந்துள்ளமையை அறிய முடிகின்றது. கண்ணகியின் வருத்தம் தீர அவளுக்கு அருள் செய்யுமாறு வேண்டும் புலவர் பாடலடிகளும் சுட்டத்தக்கவை.

அறம் செய்தீமோ அருள் வெய்யோய் என
இஃது யாம் இரந்த பரிசில் அஃது இருளின்
இனமணி நெடுந்தேர் ஏறி
இன்னாது உறைவி அரும்படர் களைமே

(புறம். 145)

எனவும்,

அருந்துயர் உழக்கும் நின் திருந்திழை அரிவை
கலிமயில் கலாவம் கால் குவித்தன்ன
ஒலிமென் கூந்தல் கமழ்புகை கொளீஇ

தண்கமழ் கோதை புனைய
வண்பரி நெடுந்தேர் பூண்கநின் மாவே

(புறம். 146)

எனவும்,

நெருநல் ஒருசிறைப் புலம்பு கொண்டு உறையும்
அரிமதர் மழைக்கண் அம்மா அரிவை
நெய்யொடு துறந்த மையிருங் கூந்தல்
மண்ணுறு மணியின் மாசுற மண்ணிப்
புதுமலர் கஞல இன்று பெயரின்
அதுமன்எம் பரிசில் ஆவியர் கோவே

எனவும் புலவர்கள் கண்ணகியின் துயர்தீர்க்கப் பேகனை வேண்டுவதாகப் பாடல்கள் புனையப் பெற்றுள்ளன. புலவர்கள் பாணர் கூற்றில் பாடும் இப்பாடல்களில் பாணர்கள் தமக்குரிய பரிசிலை மறுத்துப் 'பேகனே எமக்குப் பரிசில் வழங்க நீ கருதினையாயின் அப்பரிசில் நின் திருந்திழை அரிவைக்கு அருள் செய்வதே ஆகும்' என்று வேண்டுவதாக விவரிக்கப் பட்டுள்ளது.

அகத்துறை சார்ந்ததாக இருக்க வேண்டிய இப்பாடல்கள் சுட்டி ஒருவர் பெயர் கொள்ளப் பெற்றமையால் புறப்பாடல் களாக மாறி இருக்கின்றன என்று கருத வேண்டி உள்ளது. 'எம் போல் ஒருத்தியின் நலன் நயந்து பேகன் உறைந்ததாகக் கண்ணகி கூறுவதிலிருந்து இது மருதத் திணை சார் ஊடல் உரிப்பொருளை உட்கொண்டுள்ளது. பரத்தையிற் பிரிவு என்பதாகக் கற்புக் கைகோள் மரபில் இவற்றை ஒருவாறு அடக்க முடியும். என்றாலும் அகப்பொருள் மரபில் பாணர் வாயில் வேண்டும் மரபு தலைமகளிடத்தாக இருத்தலே மரபாகும். தலைமகனிடம் பரத்தையிற் பிரிவு காரணமாக இடித்துரைத்தல் மிகச் சிறுபான்மை ஆகும். அகப்பொருள் மரபில் பரத்தையிற் பிரிவுப் பாடல்களில் ஒரு வகையான வெகுளி சார்ந்த பொருண்மைகளே இடம் பெறுவது மரபாகும். தலைவி தோழியரின் வெகுளி அல்லது பரத்தையர் சார்ந்த வெகுளி என்பது நகைச்சுவை மிக்கதான நிலையில் இழித்துரைப்பதாக அமைத்தல் மரபு. ஆயின் பேகன் பாடல்களில் இடம் பெற்றுள்ள கண்ணகி நிலைமை இரங்கற் பொருண்மை சார்ந்ததாகக் காணப்படுவதும் குறிப்பிடத்தக்கது. இருத்தல் சான்ற முல்லைப் பாடல்களில் பிற்காலத்தில் தலைவியரின் இரங்கல் ஏற்கப்பெற்ற ஒன்றாக உள்ளது. இதற்குப் பத்துப்பாட்டு முல்லைப் பாட்டே தக்க சான்றாகும். ஆயின் ஊடற் பொருண்மையில் இரங்கல் பொருண்மை மிக்கதான நிலையைப் பேகன் பாடல்களில் காண முடிகின்றது.

கபிலர், பரணர், அரிசில் கிழார், பெருங்குன்றூர் கிழார் ஆகிய புலவர்கள் பேகனைப் பாடியுள்ளனர். இப்புலவர்கள் பாணர் கூற்றாக அமைக்கப்பட்ட பாடல்களில் பரத்தைமை ஒழுக்கத்தைத் துறக்குமாறு பாணர் வேண்டுவதாகக் கூறியுள்ளனர். பாண் சமூக மரபில் பரத்தைமை ஒழுக்கம் ஏற்கப்பெற்ற சமூக மரபாக இருந்துள்ளமையை அறிய முடிகின்றது. மனைக்கிழத்தியே பரத்தையைச் சகோதரியாகவும் தம் மகனுக்குத் தாயாகவும் ஏற்றுக்கொண்ட நிலைமைகள் காணப்படுகின்றன (விரிவிற்குக் காண்க: சிலம்பு நா. செல்வாசு. 2005). திருவள்ளுவர் பரத்தைமை ஒழுக்கத்தைக் கண்டித்து உரைத்துள்ளார். பரத்தைமை ஏற்கப் பெற்ற சமூக அமைப்பிற்கும் கண்டிக்கப் பெற்ற சமூக அமைப்பிற்கும் இடைப்பட்ட சமூக அமைப்பில் பேகன் பற்றிய பாடல்கள் உருவாகி இருத்தல் வேண்டும். பாணர்மரபு பரத்தைமையை ஏற்றுக் கொண்டது. புலவர் மரபு பரத்தைமையை மறுத்துள்ளது.

இம்மரபின் நீட்சியையே அல்லது இலக்கிய ஆக்கத்தையே சிலப்பதிகாரத்தில் காண முடிகின்றது. ஆயின் பேகன் கண்ணகி வரலாறு வேறு, கோவலன் கண்ணகி வரலாறு வேறு என்றுதான் கூறுதல் வேண்டும். பேகனைப் பொறுத்தவரை அவன் கடையெழு வள்ளல்களுள் ஒருவன்; கொடை மடம் உடையவன்; குறுநில மன்னன்; ஆவியர் குடியைச் சேர்ந்த மன்னன். அவன் மனைவியின் பெயர் கண்ணகி என்று கூறப்பெற்றாலும் மூலப் பாடல்களில் அவளது பெயர் சுட்டப் பெறவில்லை. அடிக்குறிப்புகளில் மட்டுமே கண்ணகி பெயர் இடம் பெற்றுள்ளது. சிலப்பதிகாரத்தில் இடம் பெறும் கோவலன் வணிகக் குலத்தைச் சேர்ந்தவன். இவனுக்கும் பேகனுக்கும் யாதொரு தொடர்பும் இல்லை. அஃதாவது எந்தவொரு வரலாற்றுத் தொடர்பும் இல்லை என்றுதான் கூறுதல் வேண்டும். பரத்தைமை காரணமாக மனைவியைத் துறந்து நெடுநாள் பிரிந்திருத்தல் என்ற சமூக ஒழுக்கத்தின் அடிப்படை மட்டுமே பேகன் வரலாற்றிலும் கோவலன் வரலாற்றிலும் இடம் பெற்றுள்ளது என்ற முடிவிற்கு வர முடியும்.

IV

பத்தினியர் வரலாறு: மறுவாசிப்பு

கண்ணகி தொன்மம் என்பது புராதன தமிழ்ப் பண்பாட்டு மரபிலிருந்து உருவான தொன்மம் ஆகும். இதனை விரிவாக விளக்குவதே இந்த ஆய்வின் இப்பகுதி ஆகும். கண்ணகிக்கு முன்னரே தமிழ்ப் பண்பாட்டில் பத்தினியர் பற்றியும் பத்தினி வழிபாடு பற்றியும் சில அறிமுகங்கள் நிகழ்ந்துள்ளன. இவ்வாறான பத்தினியர் மரபிலிருந்துதான் கண்ணகி தொன்மம் தமிழ்ப் பண்பாட்டு மரபுகளை உள்வாங்கி உருவாகி இருத்தல் வேண்டும். இதனைப் பின் வருமாறு நன்கு விளக்கலாம்.

பத்தினியரும் பத்தினி வழிபாடும்: கண்ணகிக்கு முன்

கணவனுக்காகப் போராடும் மனைவி பற்றிய குறிப்புகள் அல்லது கணவனுக்காக வாழும் மனைவி பற்றிய குறிப்புகள் இந்தியத் தொன்மங்களில் உண்டு. தசரதன் போர்க்களத்தில் உதவிய கைகேயி கதையும் கிருஷ்ணனுக்காகப் போராடிய பாமாவின் கதையும் இவற்றுள் அடங்கும். இந்தியப் புராணங்களில் இடம் பெற்றுள்ள பஞ்ச கன்னியர் எனப்படும் மேனகை, சாவித்திரி, அருந்ததி, அநுசூயை, சுநீதி ஆகியோர் பத்தினியராகப் போற்றப்பெற்றனர். இவர்களே அன்றி அகல்யை,

மண்டோதரி, சீதை, தாரை, திரௌபதி இவர்களையும் பஞ்ச கன்னியர் என்று கூறும் மரபு உள்ளதாக அபிதான சிந்தாமணி (1007) விவரிக்கும். சாவித்திரி தன் கணவன் உயிருக்காக யமனிடமே போராடி வெற்றி பெற்றவள். அநுசூயை அத்திரி முனிவரின் பத்தினி ஆவாள். தன் கணவன் சிவபூசை செய்வதற் காக ஐம்பத்து நான்கு ஆண்டுகள் கங்கையை ஓரிடத்தில் நிறுத்தி வைத்தவள். அருந்ததி வசிட்டரின் மனைவியாக வடவயின் விளங்கும் உறையெழு மகளிருள் தலை சிறந்தவளாகப் போற்றப் படுபவள். இவ்வாறான பத்தினியர் பற்றிய தொன்மங் களில் அவர்களின் ஆற்றல் இயற்கையைக் கடந்தவையாக இடம்பெற்றன. அவர்தம் பத்தினி வாழ்க்கையும் அதனால் அவர்கள் பெற்ற பெரும் பேறுகளும் புராணங்கள் வாயிலாக வெளிப்படுத்தப்பட்டன. சங்க இலக்கியங்களிலும் ‘கற்பு’ என்பது பரவலாக விளக்கப் பெற்ற தன்மையை உணர முடிகின்றது.

இருண்டு தோன்றும் விசும்பின் உயர்நிலை உலகத்து
அருந்ததி அனையக் கற்பின்
குரும்பை மணிப்பூண் புதல்வன் தாயே

(ஐங். 442)

எனவும்,

வாழ்நாள் அறியும் வயங்கு சுடர் நோக்கத்து
மீனொடு புரையும் கற்பின்
வாணுதல் அரிவை

(பதி. 83:18 – 20)

எனவும்,

விசும்பு வழங்கு மகளிருள்ளும் சிறந்த
செம்மீன் அனையள் நின் தொன்னகர் செல்வி

(பதி. 31 : 27,28)

எனவும்,

பெருநல் வானத்து வடவயின் விளங்கும்
சிறுமீன் புரையும் கற்பின் நறுநுதல்
வளைக்கை மகடூஉ

(பெரு. 303–305)

எனவும் வரும் பாடலடிகள் கற்பையும் பத்தினியையும் இணைத்தே பேசியுள்ளன. சங்கப் புலவர்கள் அருந்ததியை

அவளது பத்தினித் தன்மையின் பெருமையைக் குறிப்பிட்டே சங்ககால மகளிரின் பத்தினித் தன்மையை விளக்கி உள்ளனர். இது மிகவும் குறிப்பிடத்தக்க ஒன்றாகும். சங்கப் புலவர்கள் அறிவுத் திறத்துள் 'பத்தினி தொன்மம்' பற்றிய புரிதலும் ஆரியப் பத்தினியர் தொன்மம் பற்றிய புரிதலும் கலந்துள்ள மையை உணருதல் வேண்டும். இந்தத் தொன்மங்களுள்ளும் அருந்ததி தொன்மம் ஒன்றே சங்க இலக்கியத்துள் பெரு வழக்குப் பெற்றுள்ளது. அருந்ததி என்றும் மீன் என்றும் செம்மீன் என்றும் சிறுமீன் என்றும் அருந்ததியைப் புலவர்கள் புனைந்துள்ளனர். ஏனைய பத்தினியர் பற்றிய குறிப்புகள் இல்லை.

பத்தினியர் பற்றிய கருத்துகள் சங்க காலத்தில் பரவி இருந்த அளவிற்குப் பத்தினி வழிபாடு பரவி இருந்ததா என்பது புலனாகவில்லை. சிலப்பதிகாரக் காலத்திற்குப் பிறகே பத்தினி வழிபாடு பற்றிய தெளிவான வரலாற்றை அறிய முடிகின்றது. ஆயின் அதற்கும் முன்பாகவே இலங்கை முதலிய நாடுகளில் பத்தினி வழிபாடு இருந்ததாக ஆய்வாளர்கள் கூறியுள்ளனர். இதுபற்றிச் சிவசுப்ரமண்ய ரகுராம் (2009) கூறும் கருத்து வருமாறு:

"இலங்கை மன்னன் கயவாகு காலத்திற்கு முன்பேயிருந்து பத்தினி வழிபாடு சிங்கள மக்களிடையே நிலவியதாக மிராண்டோ ஒபயசேகர (Mirando Obeysekara) முதலியோர் கூறியுள்ளனர். இலங்கை மன்னன் இராவணன் காலத்தில் பத்தினி வழிபாடு நிலவியதாகத் தெரிகிறது. சிங்கள நாட்டுப்புறக் கதையான 'ராவணகதா'வில் இராவணன் மதுல ஜனப்படைய பகுதியில் இருந்த மகாபத்தினி ஆலயத்திற்குச் சென்று வணங்கிய தாகவும் அப்போது பத்தினிச் சிலையருகே இராவணன் மயக்கமுற்று வீழ்ந்ததாகவும் கூறப்பட்டுள்ளது. தங்கத்தால் ஆன அச்சிலை அருகே வீழ்ந்த இராவணன் நெற்றி உடைந்து குருதி பெருகியதாகவும் அவ்வாறு விழுந்த குருதித் துளிகள் சிவப்புக் காளான்களாக உருவாகின என்றும் கூறப்பட்டுள்ளது. இங்குக் கூறப்பெற்ற பத்தினித் தெய்வம் என்பது நாட்டுப்புறத் தெய்வம் என்றும் இந்த வழிபாடு இங்கிருந்து தீவின் ஏனைய பகுதிகளுக்கும் கேரளா முதலிய இந்தியப் பகுதிகளுக்கும் பரவிக் கேரளாவில் இருந்து ஏனைய பகுதிகளுக்கும் பரவிச் சென்றுள்ளது என்றும் பன்திஸ் கொள்முரா கவி (punthis kolmura kavi) எனும் இலக்கியத்தை மேற்கோள் காட்டி அவர் விவரித்துள்ளார்" (சிவசுப்ரமண்ய ரகுராம். 2009).

கயவாகு காலத்திற்கு முன்பே இராவணன் காலத்திலிருந்தே பத்தினி வழிபாடு இருந்தது என்பதான கூற்று ஒரு புறம்

இருக்க அதுவே இந்தியாவில் குறிப்பாகத் தமிழகத்தில் பரவக் காரணமாக இருக்க வேண்டும் எனும் ஊகத்திற்கு இந்த ஆய்வுரையின் முன்பகுதியிலேயே விடையும் கூறப்பெற்றுள்ளது. தவிர இராவணன் காலத்துப் பத்தினிவழிபாடு பற்றிய நாட்டுப்புறவியல் சான்றினைக் கொண்டு அதன் காலத்தைத் துல்லியமாக வரையறுக்க முடியும் என்று கூறவும் இயலாது.

கண்ணகி காலத்திற்கு முன்பு சோழ நாட்டில் வாழ்ந்த பத்தினியர் எழுவர் பற்றிய செய்திகளை அவள் கூற்று வாயிலாகவே அறிய முடிகின்றது. பத்தினியர் பற்றிய வரலாறு களைப் பாண்டிய மன்னனிடம் கூறி இப்படிப்பட்ட பத்தினியர் மரபில் தாம் வந்ததாக விளக்கி வஞ்சினம் உரைக்கிறாள். கண்ணகி கூற்றில் அமைந்த பத்தினியர் எழுவர் வரலாறு வருமாறு:

வன்னி மரமும் மடைப்பள்ளியும் சான்றாக
முன்னிறுத்திக் காட்டிய மொய்குழலாள் பொன்னிக்
கரையின் மணற்பாவை நின்கணவனாம் என்று
உரை செய்த மாதரொடும் போகாது திரைவந்து
அழியாது சூழ்போக வாங்குந்தி நின்ற
வரியார் அல்குல் மாதர் உரைசான்ற
மன்னன் கரிகால் வளவன்மகள் வஞ்சிக்கோன்
தன்னைப் புனல்கொள்ளத் தான்புனலின் பின்சென்று
கன்னவிறோளாயோ வென்னக் கடல்வந்து
முன்னிறுத்திக் காட்ட அவனைத் தழீஇக் கொண்டு
பொன்னங்கொடி போலப் போதந்தாள் மன்னி
மணன்மலி பூங்கானல் வருகலன்கள் நோக்கிக்
கணவன்வரக் கல்லுரு நீத்தாள் இணையாய
மாற்றாள் குழவி வீழத் தன்குழவி யுங்கிணற்று
வீழ்த்தேற்குக் கொண்டெடுத்த வேற்கண்ணாள்
வேற்றொருவன்
நீணோக்கம் கண்டு நிறைமதி வாண்முகத்தைத்
தானோர் குரக்கு முகமாக என்று போன
கொழுநன் வரவே குரக்குமுக நீத்த
பழுமணி யல்குற்பூம் பாவை விழுமிய . . .
வண்ட லயர்விடத்து யானோர் மகட்பெற்றால்
ஒண்டொடி நீயோர் மகற்பெறின் கொண்ட
கொழுநன் அவளுக்கென்று யானுரைத்த மாற்றம்
கெழுமிய வளுரைப்பக் கேட்ட விழுமத்தால்
சிந்தைநோய் கூருந் திருவிலேற் கென்றெடுத்துத்
தந்தைக்குத் தாயுரைப்பக் கேட்டாளாய் முந்தியோர்
கோடிக் கலிங்கம் உடுத்துக் குழல்கட்டி

நீடித் தலையை வணங்கித் தலை சுமந்த
ஆடகப் பூம்பாவை அவள்

(சிலம்பு. 27:4–32).

இவ்வாறாகப் பத்தினியர் எழுவரின் வரலாற்றைக் கூறும் கண்ணகி இப்படிப்பட்ட பத்தினியர் பிறந்த பதியில் பிறந்தவள் யான், பட்டாங்கு யானுமோர் பத்தினியே யாமாகில் ஒட்டேன் அரசொடு மதுரையையும் அழிப்பேன் என்று வஞ்சின மொழி கூறியுள்ளாள். கண்ணகி கூறிய பத்தினியர் வரலாறு சிலப்பதிகாரக் காலத்திற்கு முன்பு இலக்கிய அல்லது புராணத் தொன்மமாக வழக்கில் இருந்திருக்கவில்லை என்று ஊகிக்க முடிகிறது. இதற்கான காரணிகளையும் இங்கே சுட்டுதல் வேண்டும். பாடலில் இடம்பெற்றுள்ள பத்தினியர் வரலாற்றையும் அதற்கு அடுத்த நிலையில் காரணிகளையும் இனிவரும் பகுதி விவரிக்கும்.

கற்புக்கு அரசியாக வாழ்ந்த பத்தினிப்பெண் ஒருத்தி ஏதோ ஒரு காரணம் பற்றி அக்காலத்து வழக்காடு மன்றம் செல்ல வேண்டி இருந்தது. அவ்வழக்கு மன்றத்தில் வன்னி மரத்தையும் மடைப்பள்ளியையும் சாட்சிகளாக அழைக்க அவள் கற்புத்திறத்தால் அவை மன்றம் வந்து சாட்சி கூறின. ஆனால், என்ன வழக்கு என்பது பற்றிய செய்திகளை அறிய முடியவில்லை.

காவேரிக் கரையின் ஓரம் விளையாடச் சென்றனர் பெண்கள். விளையாட்டின்போது மணற்பாவை ஒன்று செய்து விளையாடிய பெண் ஒருத்தியிடம் தோழியர் ‘இப்பாவையே உனது கணவனாகும்’ என்று கூறிட அப்பெண்ணும் அதனை உண்மை என்று ஏற்றுப் பாவையைக் காத்து நின்று கற்புக்கரசி ஆனாள்.

மன்னன் கரிகாலன் மகள் ஆதிமந்தியும் அவள் கணவன் ஆட்டனத்தியும் கடலில் நீராடச் சென்றனர். கடல் அலைகள் ஆட்டனத்தியை அடித்துச் சென்றன. ஆதிமந்தி தம் கற்புத் திறத்தால் வேண்டக் கடல் ஆட்டனத்தியை அவளிடம் தந்து சென்றது.

கடல் வணிகம் காரணமாகச் சென்ற கணவன் திரும்பி வரும்வரை கல்லாய் – சிலையாய் இருந்த பத்தினிப்பெண் ஒருத்தி அவன் திரும்பியதும் தம் கற்புத் திறத்தால் நல்லுருவம் பெற்றாள்.

மாற்றாள் ஒருத்தியின் குழந்தை தவறிக் கிணற்றில் வீழ்ந்திடத் தமக்குப் பழி நேருமோ என்று அஞ்சிய பத்தினி ஒருத்தி தன் குழந்தையையும் கிணற்றில் வீழ்த்தித் தம் கற்புத் திறத்தால் இரு குழந்தைகளையும் உயிரோடு மீட்டாள்.

கணவன் வெளியே சென்றிருந்தவேளையில் மாற்றான் ஒருவனின் காமநோக்கினைக் கண்ட பத்தினி ஒருத்தி தன் முகத்தைக் குரங்கு முகமாக மாற்றிக்கொண்டாள். பின்பு கணவன் திரும்பிய உடன் கற்புத்திறத்தால் நல்ல முகத்தைப் பெற்றாள்.

இளம்பருவக் காலத்தில் வண்டல் அயர்ந்து விளையாடும் தோழியருள் ஒருத்தி 'ஒண்டொடி நான் ஒரு மகளைப் பெற்று நீயும் ஒரு மகனைப் பெற்றாய் ஆனால் அவர்களுக்கு மணம் முடிப்போம்' என்று விளையாட்டாகக் கூறி விளையாடிச் சென்றனர். காலம் மாறி அதேபோன்று மக்களையும் பெற்ற நிலையில் தோழி தன் மகனுக்கு மகட்கொடை கேட்ட நிலையில் அவள் துன்பம் எய்தினாள். இளம்பருவத்தில் விளையாட்டாகக் கூறிய வார்த்தையை அவள் மெய்யாகக் கொண்டு பேசுகிறாளே என்று துன்புற்றுத் தன் கணவனிடம் கூறி வருந்தினாள். இதனைக் கேட்ட அளவிலேயே அவள் மகள் கற்புக்கடம் பூண்டு கோடிக் கலிங்கம் உடுத்திக் குழல்முடித்துத் தன் தாயின் தோழி மகனையே மணக்க முற்பட்டாள்.

இங்கே சுட்டப் பெற்ற பத்தினியர் எழுவர் தொன்மத்தில் தோன்றியுள்ள சில ஐயங்களை இங்கே பதிவு செய்ய முடியும். அவை வருமாறு:

(அ) ஏழு பத்தினிகளுள் ஆதிமந்தியைத் தவிர ஏனைய மகளிரின் பெயர்கள் சுட்டப் பெறவில்லை. மொய் குழலாள் எனவும் அகலல்குல் மாதர் எனவும் வேற்கண்ணாள் எனவும் அல்குற்பூம்பாவை எனவும் ஆடகப்பூம்பாவை எனவும் பொது நிலையில் இவர்கள் சுட்டப் பெற்றனரே தவிரச் சிறப்பு நிலையில் இயற்பெயர்கள் சுட்டப்பெறவில்லை. இவ்வாறு சுட்டப்பெறாதது நாட்டுப்புறப் பாடல்களின் தன்மை என்பதும் சுட்டத் தக்கது. என்றாலும் எழுவரில் ஒருவர் பெயர் சுட்டி, ஏனையோர் பெயர் சுட்டப்பெறாதது மிகவும் சிந்தனைக்குரியது.

(ஆ) இவ்வரலாறுகளுக்குச் சிலப்பதிகாரக் காலத்திற்கு முந்தைய நூல்களில் சான்றுகளில்லை. ஆதிமந்தி பற்றிய குறிப்புகள் சங்க இலக்கியங்களில் காணக்கிடத்தல் குறிப்பிடத்

தக்கது. மாபெரும் பத்தினிகளின் பெயர்கள் சுட்டப்பெறாமையும் முந்தைய நூல்களில் சான்றுகள் இல்லாமையும் எளிதாக ஒதுக்குவதற்கில்லை.

(இ) சோழநாட்டில் பிறந்ததாகக் கூறப் பெறும் இப்பத்தினிகள் பற்றிய செய்திகளைச் சோணாட்டுப் புலவர்கள் அறியாமல் இருக்க வாய்ப்பில்லை. சங்கப் புலவர்களில் சோணாட்டைச் சேர்ந்தவர் பலராவர். இவர்களில் ஒருவரேனும் இப்பத்தினிகளைப் பற்றிக் குறிப்பிடாதது கருதுவதற்குரியது.

(ஈ) சங்க காலம் தொடங்கி இரட்டைக் காப்பியக் காலம் வரையில் எழுதப்பெற்றதாகக் கருதப்பெறும் தமிழ் இலக்கியங்களில் கற்புக்கு உவமை கூறும் புலவர்கள் அருந்ததியையே கூறினர். ஏழு பத்தினிகள் வரலாறு அக்காலத்துப் புகழ் பெற்றிருப்பின் தமிழ்ப்புலவர்கள் இவர்களையும் உவமையாகக் கூறியிருக்க வேண்டும். ஆனால் அவ்வாறு கூறினாரல்லர்.

(உ) முதலாவதாகக் கூறப்பெறும் பத்தினி வரலாற்றில் பகற்பொழுதில் வன்னிமரமும் மடைப்பள்ளியும் தனக்குச் சான்றாகுமாறு முன்னிறுத்திக் காட்டினாள் என்ற குறிப்புக் காணப்படுகின்றது. உரையாசிரியர்கள், 'இவ்விரு பொருளும் அறவோர் முன்னிலையில் சான்றாகுமாறு கொணர்ந்து காட்டினாள்' என உரை வரைந்தனர். மேலும், 'திருப்புறம்பியத்து நடந்ததாக இக்கதை போல்வ தொரு கதையினைத் திருவிளையாடற் புராணத்துள்ளே காணலாம். கணவன் அரவு தீண்டி இறந்தபோது அவனை உயிரோடு பெற்ற கதை' எனும் குறிப்பினையும் உரையாசிரியர் தந்துள்ளனர். இவ்விளக்கங்கள் யாவும் முழு வரலாற்றினைத் தெரிவிக்க வில்லை. மேலும் முழு வரலாறு இவ்வுரையாசிரியர்களுக்குக் கிடைக்காமையை இவ்விளக்கங்கள் உறுதிசெய்கின்றன. பின்னாளில் எழுந்த 'பட்டினத்துப் பிள்ளைப் புராணம்' என்னும் நூலுள் இப்பத்தினியர் வரலாறு பாடப்பெற்றுள்ளது. இங்கும் விளக்கம் இல்லாது, சிலப்பதிகாரத்துள் கூறப்பெற்ற செய்திகளே இடம்பெற்றிருப்பது சிந்தனைக்குரியது. கண்ணகியின் வரலாறு போன்று இவர்தம் வரலாறு நாட்டுப்புற வழக்காற்றில் விளக்கம் பெற்றிருக்கவில்லை. இடம் பெற்றிருப்பின் சுந்தரர் கூறிய அடியார் பற்றிய குறிப்புகளைக் கொண்டு பெரிய புராணம் பாடப்பெற்றது போல, சிலப்பதிகாரக் குறிப்பினைக் கொண்டு பட்டினத்துப் பிள்ளைப் புராணத்துள் பத்தினியர் வரலாறு விரிவாகப் பாடப்பெற்றிருக்கும். ஆயின் அவ்வாறு பாடப்பெறவில்லை.

(ஊ) மூன்றாவதாகக் கூறப்பெற்றது ஆதிமந்தி ஆட்டனத்தி வரலாறாகும். இவ்வரலாற்றில் கூறப்பெறும் செய்தி வருமாறு:

1. ஆட்டனத்தியைப் புனல் கவர்ந்து செல்லுதல்.
2. ஆதிமந்தி புனலின் பின் சென்று மலையையொத்த தோளாயோ என்று கதறுதல்.
3. கடல் ஆட்டனத்தியைக் கொண்டு வந்து காட்டுதல்.
4. ஆதிமந்தி அவனைத் தழுவிக்கொண்டு மீளுதல்.

என நான்கு செய்திகள் இவ்வரலாற்றிற்கு அடிப்படை யானவை. இச்செய்திகள் சங்க இலக்கியங்கள் தரும் செய்தி களோடு முரண்படுகின்றன. சங்க இலக்கியங்கள் தரும் செய்திகள் வருமாறு:

'பொருநனைக் கண்டீரோ' என ஆதிமந்தி பேதுற்றுப் புலம்பல்; காவிரி (ஆட்டனத்தியை) கவர்ந்து செல்லுதல்.

காதலனை இழந்த சிறுமையோடு நோய்பெற்றுப் பேதுற்று மயங்குதல் *(அகம். 45, 135).*

கழாஅர்ப் பெருந்துறைக்கண் விழாவில் ஆடும் ஆட்டனத்தி யின் அழகை விரும்பிக் காவிரி அவனை வவ்வ அதனால் பேதுற்ற ஆதிமந்திக்கு ஆட்டனத்தியைக் காட்டி மருதி கடலில் புகுதல் *(அகம். 222).*

ஆதிமந்தி, 'ஆட்டனத்தியைக் கண்டீரோ' என்று நாடு தோறும் ஊர்தோறும் சென்று கடல்கொண்டதோ புனல் ஒளித்ததோ என்று புலம்பித் தேடுதல் *(அகம். 236; 76, 376, 396).*

மள்ளர் குழுமிய விழாக்களிலும் மகளிர் ஆடும் துணங்கை யிலும் சென்று தேடுதல் *(குறு. 31).*

இவ்வாறாகச் சங்க இலக்கியங்கள் ஆதிமந்தி ஆட்டனத்தி வரலாற்றைக் கூறுகின்றன. சங்க இலக்கியங்கள் தரும் வரலாற்றிற்கும் சிலப்பதிகாரம் காட்டும் வரலாற்றிற்கும் இடையே உள்ள முரண்பாடுகள் வருமாறு:

சங்க இலக்கியங்கள் ஆதிமந்தியைப் பத்தினியாகப் போற்றவில்லை. ஆயின் சிலப்பதிகாரம் பத்தினியாகப் போற்று கின்றது. புனலிலிருந்து ஆட்டனத்தியை மீட்டுவந்து காட்டியது 'மருதி' எனச் சங்க இலக்கியம் கூறுகின்றது. ஆயின் சிலப்பதிகாரம் 'கடலே' அவனை நேரில் தந்ததாகக் கூறுகின்றது. மருதி ஆட்டனத்தியை உயிரோடு மீட்டு வந்திருந்தால்

இவ்வரலாறு புகழ் பெற்றதாகப் பாடப் பெற்றிருக்காது. 'காதலனைக் காட்டி' என்றுதான் சங்க இலக்கியம் கூறுகின்றது. உயிரோடு காட்டியிருக்குமாயின் ஆதிமந்தி ஊர்தோறும் நாடுதோறும் சென்று புலம்பவேண்டிய அவசியம் இருக்காது. ஒருகால் மருதி ஆட்டனத்தியின் உயிரற்ற உடலை மீட்டு வந்திருக்கலாம். இதற்குச் சான்றுகள் இல்லை. ஊர்தோறும், நாடுதோறும், மள்ளர் குழுமிய விழாக்கள் தோறும், துணங்கை யாடும் இடங்கள்தோறும் சென்று தேடியமை, தேடியதாகப் பாடல்கள் புனைந்தமை ஆட்டனத்தி உயிரோடு இருந்திலன் என்பதையே காட்டுகின்றன.

கடல் ஆட்டனத்தியைத் தந்துவிட ஆதிமந்தி மகிழ்ச்சியாகத் திரும்பியதாகச் சிலப்பதிகாரம் கூறும். ஆயின் சங்க இலக்கியத் தில் இத்தகு செய்தி ஓரிடத்தேனும் இடம்பெற்றிலது. உயிரோடு பெற்றிருப்பாளாயின் அவனைத் தேடி அலைவதான பாடல்கள் எழுதப் பெற்றிருக்கமாட்டா.

பத்தினியர் எழுவர் வரலாறு தொடர்பாக இதுகாறும் சுட்டப் பெற்ற செய்திகளிலிருந்து சில முடிவுகளுக்கு வர முடியும். பத்தினியர் வரலாறு மக்கள் இடையே நாட்டுப்புறத் தொன்மமாக வழக்கில் இருந்திருக்க வேண்டும். இலக்கிய வழக்கிலோ அல்லது புராண வழக்கிலோ அக்காலத்து இடம் பெறாமையை மேல் செய்திகள் உறுதி செய்துள்ளன. தவிரவும் 'கணவனுக்காகவே வாழும்/போராடும்' மனைவியர் (பத்தினியர்) பற்றிய பழங்கதைகளாக இவை இருந்தனவே தவிர அவை வழிபாட்டிற்குரியவையாக மாற்றம் பெறவில்லை. மேலும் தாய்த்தெய்வ மரபுகளோடோ அல்லது தாய்ச்சமூக மரபு களோடோ அவை இணைவு பெறவும் இல்லை. தந்தைச் சமூக அமைப்பில் ஒரு கணவ மணமுறையின் கற்புக் கதை யாடலின் ஒரு கூறாகப் பத்தினியர் கதையின் நாட்டுப்புறச் செல்வாக்கை அறிதல் வேண்டும். ஆனால் வடமொழி மரபில் அருந்ததி முதலிய பத்தினியர் தொன்ம மாந்தராக உருவெடுத்த நிலையையும் உணர முடிகிறது. 'அருந்ததியைப் பார்த்தல்' என்ற திருமணச் சடங்கு மட்டுமே அருந்ததியை ஒருவகையான வழிபாட்டு நிலைக்கு உயர்த்தி உள்ளது. அருந்ததிக்குத் தனித்த பத்தினி வழிபாட்டு மரபுகள் ஏதும் இல்லை என்றே கூறுதல் வேண்டும். அருந்ததி திருமணச் சடங்கின் ஒரு பகுதியாக இடம் பெற்றமையால் இந்நிலை உருவாகி இருத்தல் கூடும். நாட்டுப்புற மரபில் உள்ள பத்தினியர் எழுவர் வரலாறு செவ்விலக்கிய மரபில் இடம் பெறும் போது முழுமை பெற்ற வரலாற்றை வரைவது என்பது சிக்கலான செயலாகும். எனவே

தான் கண்ணகி கூறிய எழுவர் வரலாற்றில் அவர்தம் இயற்பெயர் இடம் பெறாமல் போயிருத்தல் வேண்டும்.

சோழ நாட்டில் வாழ்ந்து மறைந்த பத்தினியர் போன்றே ஏனைய பகுதிகளிலும் பத்தினியர் வாழ்ந்திருக்க வேண்டும். இவர்தம் கதைமரபுகள் நாட்டுப்புற வழக்காற்றில் இடம் பெற்றுக் காலந்தோறும் போற்றப் பட்டிருக்க வேண்டும். இந்தப் பின்னணியில்தான் கண்ணகி தன் கணவனுக்காகப் போராடிய நிகழ்வு அவளைப் பத்தினியாக மாற்றியது என்பதைப் புரிந்து கொள்ள முடியும். கண்ணகி பத்தினியாக உருவான பின் அந்நிலை பத்தினிவழிபாடாக மாற்றங் கொண்டது. பத்தினி வரலாறு இலக்கிய மரபிலும் நாட்டுப்புற மரபிலும் தொடர்ந்தது. அது பத்தினி வழிபாடாக உருவம் கொண்டபோது அது தாய்த் தெய்வ வழிபாட்டு மரபுகளை உள்வாங்கியே வளர்ச்சியைப் பெறுவதாயிற்று.

V

கண்ணகி தொன்ம உருவாக்கமும் புராதனத் தமிழ்ச் சமூக மரபுகளும்

கண்ணகி தொன்மம் என்பது புராதனத் தமிழ்ச் சமூக மரபுகளிலிருந்து உருவாக்கப்பெற்ற தொன்மம் ஆகும். கண்ணகி பேகன் தொன்மம் முதலிய தொன்மங்களிலிருந்துதான் கண்ணகி தொன்மம் உருவாயிற்று என்பது சரியான முடிவு ஆகாது. இவற்றிற்கும் கண்ணகி தொன்மத்திற்கும் ஓரோவழி ஒப்புமை உண்டு என்ற காரணத்தினாலே மட்டும் இவை ஒற்றைப் பொருண்மை உடையவை என்று கருதிவிடக் கூடாது. திருமாவுண்ணி ஒரு முலை அறுத்தவள் என்ற காரணத்திற்காக மட்டும் 'இவள் கண்ணகி அல்லாமல் வேறு யாராக இருக்க முடியும்' எனும் வினாவையும் அறிஞர்கள் எழுப்பினர். 'முலை அறுப்பு' எனும் செயலைப் பண்டைக் காலத்தில் கண்ணகி மட்டுமே செய்ய வில்லை. ஏராளமான பெண்கள் வேறு வேறு சூழல்களில் இச்செயலை மேற்கொண்டுள்ளனர் என்பதற்கு ஏராளமான சான்றுகள் உள்ளன. எனவே கண்ணகி தொன்மத்தைத் தனித்த அடையாளத்துடனும் புராதனத் தமிழ்ப் பண்பாட்டு அடையாளத்துடனும் மீட்டுருவாக்கம் செய்யவேண்டியுள்ளது.

கண்ணகி தொன்மத்தின் அடிப்படைகளை இரண்டு வகையாகப் பிரிக்க முடியும். அவை வருமாறு:

கண்ணகி தொன்மம்
தாய்ச் சமூக மரபு   தாய்த் தெய்வ மரபு

புராதனத் தாய்வழிச் சமூகத்தில் வழக்கில் இருந்த பெண்களுக்கான ஆற்றல்கள் எவ்வாறு கண்ணகியிடம் மடைமாற்றம் பெற்றன என்பதையும் அம்மடைமாற்றம் எவ்வாறு தந்தைவழிச் சமூக அமைப்பிற்குத் தக்கவாறு தகவமைப்புப் பெற்றது என்பதையும் இந்த ஆய்வு விவரிக்க உள்ளது. மனிதப் பெண்ணொருத்தி எவ்வாறு தெய்வமாக்கப் பெற்றாள் என்பதையும் தெய்வமாக்கலில் தாய்த் தெய்வ மரபுகள் எவ்வாறு இணைந்தன என்பதையும் இரண்டாவதாக அறிதல் வேண்டும். இக்குறுநூல் தாய்ச் சமூக மரபுகள் எவ்வாறு கண்ணகி தொன்மத்தில் இடம் பெற்றன என்பதை மட்டும் ஆராயும்.

கண்ணகி: தாய்ச் சமூக மரபுகள்

தமிழரின் புராதனச் சமூகம் தாய்வழித் தலைமையைப் பெற்றிருந்தது. இதற்கான ஏராளமான சான்றுகளை மானுடவியல் அறிஞர்கள் பலரும் கண்டுபிடித்து ஆராய்ந்துள்ளனர். தாய்வழிச் சமூக மரபுகள் பலவும் சங்க இலக்கியங்களிலும் சிலப்பதிகாரம் முதலிய காப்பியங்களிலும் எச்சங்களாக இடம் பெற்றுள்ளதை அறிய முடிகின்றது (சிலம்பு நா. செல்வராசு. 2006). தாய்ச் சமூக மரபுகள் இன்றளவும் தொடர்ந்து நிலவுவதையும் பண்பாட்டு ஆய்வுகள் வெளிப்படுத்தி உள்ளன. கண்ணகி தொன்ம உருவாக்கத்தில் புராதன தாய்வழிச் சமூக மரபுகளுள் இரண்டு மரபுகள் அடிப்படையாக விளக்குவதை அறியமுடிகின்றது. அவை:

1. பெண்: முலையறுப்பு மூலம் எதிரியை அழித்தல்
2. பெண்: இயற்கையை (தீ, மழை) ஏவல் கொள்ளுதல்

இவற்றை இனிவரும் பகுதி விவரிக்கும்.

பெண்: முலையறுப்பு மூலம் எதிரியை அழித்தல்

சிலப்பதிகாரம் எனும் காப்பியம் சிலம்பை முதன்மைப் படுத்திய அளவிற்குக் கண்ணகி முலையறுப்பு நிகழ்ச்சியை முதன்மைப் படுத்தவில்லையோ என்று எண்ணத் தோன்றுகிறது. என்றாலும் காப்பியப் போக்கில் கண்ணகியின் முலையாற்றல் இளங்கோவடிகளால் உச்சநிலையில் பல இடங்களில் புனையப் பெற்றுள்ளமையை உணரமுடியும். பிற்கால ஆய்வு வரலாற்றிலும்

சரி சிலப்பதிகாரப் பிரதியை ஒட்டிய இலக்கிய ஆக்கங்களிலும் சரி, கண்ணகி முலையாற்றல் கண்டுகொள்ளாமலேயே விடப்பட்டுள்ளது. இதற்கான காரணம் 'பெண் முலையறுப்பு' ஏன் நிகழ்த்தப்பட்டது என்பதை அறிய இயலாததுதான் ஆகும். பெண் முலையறுப்பும் அதன் விளைவுகளும் முலையின் ஆற்றலும் உள்ளிட்ட பல்வேறு கூறுகளை அறிய வேண்டும் என்றால் தமிழ் நாட்டின் புராதனத் தாய்ச் சமூகப் பண்பாட்டிற்குள்தான் தேட வேண்டி உள்ளது. இதனைச் சற்றே விளக்கமாக இங்கே அறியலாம்.

கண்ணகி முலையறுப்பு

கண்ணகி தன் முலையைத் திருகி எறிந்து மதுரையைத் தீக்கிரையாக்கிய செய்தியைச் சிலப்பதிகாரம் பரவலாகப் பதிவு செய்துள்ளது.

> யானமர் காதலன் தன்னைத் தவறிழைத்த
> கோநகர் சீறினேன் குற்றமிலேன் யானென்று
> இடமுலை கையால் திருகி மதுரை
> வலமுறை மும்முறை வாரா அலமந்து
> மட்டார் மறுகின் மணிமுலையை வட்டித்து
> விட்டாள் எறிந்தாள்

(சிலம்பு. வஞ்சி. 41–46)

'என்னுடைய கணவனுக்குக் குற்றம் இழைத்த இம் மன்னனது நகரைச் சீறினேன்; யானும் குற்றம் அற்றவள்' என்று கண்ணகி வெகுண்டுரைத்து வலக் கையால் தனது இட முலையைத் திருகி மதுரையை மும்முறை வலம் வந்து விட்டெறிந்தாள். கூடல் மாநகரும் தீப்பற்றி எரிந்தது. மதுரையைத் தீக்கிரையாக்கிய பின்னர்க் கொற்றவை முன்றிலில் தன் பொற்றொடி தகர்த்துச் சேரநாடு சென்று மலையுச்சியில் நிற்கும் கண்ணகியைப் பார்த்துக் குறவர் மக்கள்,

> மலை வேங்கை நறு நிழலின்
> வள்ளி போல்வீர் மன நடுங்க
> முலை யிழந்து வந்து நின்றீர்
> யாவீரோ ?

(சிலம்பு. குன்ற. 5 – 8)

என்று கண்ணகியை வினவினர். மலைக் குறமக்களுக்குக் கண்ணகி ஒரு முலையிழந்த நிலையில் வள்ளிபோல் கடவுளாகத் தெரிகிறாள். இக்குறவர் மக்களே சேரன் செங்குட்டுவனைக் கண்டவழி ஏழேழ் பிறப்பும் அடிமையாகிய நாங்கள் நின்

கொற்றத்தை வாழ்த்துகிறோம். எந்நாட்டினளோ? யார் மகளோ? யாம் அறியேம். நின் நாட்டு நினது மலையில் உள்ள கானக வேங்கையின் கீழே,

> தான் முலை இழந்து தனித்துயர் எய்தி
> வானவர் போற்ற மன்னொடும் கூடி
> வானவர் போற்ற வானகம் பெற்றனள்

(சிலம்பு. காட்சி. 57 – 60)

என்று கண்ணகி வானக வாழ்வு பெற்றதை எடுத்துரைத்தனர். சேரன் செங்குட்டுவனும் இமயம் சென்று பத்தினிக்குக் கல் சமைக்கக் கல்லெடுத்து வந்து,

> முலைமுகம் திருகிய மூவா மேனிப்
> பத்தினிக் கோட்டம் படிப்புறம் வகுத்து
> நித்தல் விழாவணி நிகழ்கென்று

(சிலம்பு. வரம். 150–152)

ஏவினான். இதனால் நாள் வழிபாடும் நிகழ்வதாயிற்று. இவ்வாறு இளங்கோவடிகள் இயன்ற இடங்களில் எல்லாம் முலை இழத்தல் பற்றியும் முலைமுகம் திருகல் பற்றியும் எடுத்துரைத்துள்ளதை அறிய முடிகின்றது. கண்ணகி முலையறுப்பு மூலமே மதுரை அழிந்தது என்பதையும் அது முலைப்பூசல் என்று குறிக்கப் பெற்றுள்ளதையும் சிலப்பதிகாரம் பல இடங்களில் பதிவு செய்துள்ளதை அறிய முடிகின்றது.

> சிலம்பின் வென்ற சேயிழை நங்கை
> கொங்கைப் பூசல் கொடிதோ அன்றெனப்
> பொங்கெரி வானவன் தொழுதனர் ஏத்தினர்

(சிலம்பு. அழல். 135–137)

எனவும்,

> முலையினால் மாமதுரை கோளிழைத்தாள்

(சிலம்பு. குன்ற. 21)

எனவும்,

> முதிரா முலைமுகத்து எழுந்த தீயின்
> மதுரை மூதூர் மாநகர் சுட்டதும்

(சிலம்பு. காட்சி. 76,77)

எனவும்,

முதிரா முலைப்பூசல் கேட்டு

(சிலம்பு. வாழ்த்து. உரைப் பாட்டுமடை)

எனவும்,

மொய் குழல் மங்கை முலைப்பூசல் கேட்டநாள்
அவ்வை உயிர் வீவும் கேட்டாயோ தோழி
அம்மாமி உயிர் வீவும் கேட்டாயோ தோழி

(சிலம்பு. வாழ்த்து. 5)

எனவும்,

கொங்கையால் கூடற்பதி சிதைத்துக் கோவேந்தைச்
செஞ்சிலம்பால் வென்றாளைப் பாடுதும்

(சிலம்பு. வாழ்த்து. 12)

எனவும் வரும் பாடலடிகள் மிகவும் குறிப்பிடத்தக்கவை. கண்ணகி அறுத்து எறிந்த முலையினால்தான் மதுரை மாநகர் எரியுண்டது என்பதும் மதுரையின் அழிவு கண்ணகியின் முலைப்பூசலால் நிகழ்ந்தது என்பதும் இப்பாடலடிகள் மூலம் தெரிய வருகின்றன.

தமிழிலக்கியங்களில் முலையறுப்பு

சங்க காலம் தொடங்கிப் பெண்கள் ஒரு குறிப்பிட்ட சூழலில் முலையை அறுத்து எறிவது வழக்கமாக இருந்துள்ளதை அறியமுடிகிறது. சிலப்பதிகாரத்திற்கு மூலமாகக் கருதப்படும் நற்றிணை 216ஆவது பாடல் ஒரு முலையறுத்த திருமாவுண்ணி தொன்மத்தை விவரித்துள்ளது. பக்தி இலக்கியங்களிலும் பெண்கள் தம் மார்பை அறுத்துக்கொள்ளும் வழக்கம் இருந்துள்ளதை அறியமுடிகின்றது. நாலாயிரத் திவ்ய பிரபந்தம் நாச்சியார் திருமொழிப் பாடல் ஒன்று (7) குறிப்பிடத்தக்கது.

உள்ளே உருகி நைவேனை
  உளளோ இலளோ என்னாத
கொள்ளை கொள்ளிக் குறும்பனைக்
  கோவர்த்தனனைக் கண்டக்கால்
கொள்ளும் பயனொன்றில்லாத
  கொங்கை தன்னைக் கிழங்கோடும்
அள்ளிப் பறித்திட்டு அவன் மார்பில்
  எறிந்து என்னழலைத் தீர்வேனே

(நாச்சியார் திரு. 7)

தலைவி தலைவனைச் சேர இயலாத நிலையில் தன் மார்பைக் கிழங்கோடும் பறித்துத் தலைவன் மார்பில் எறிவேன் என்று கூறுவதை மேல் பாடல் விவரித்துள்ளது. இவ்வாறான பாடல் களை ஆராய்ந்த வெ.சு. சுப்பிரமணிய ஆச்சாரியார் (1946),

'முலையறுத்து எறிதலாகிய ஒரு வழக்கு தமிழகத்தே இருந்த தாகத் தெரிகின்றது. தன்னால் காதலிக்கப்பட்ட தலைவன் தன்னைவிட்டு விட்டபோதும் தலைவன் கிட்டாதபோதும் தலைவனைப் பிரிந்தவிடத்தும் பெண்கள் கணவனுக்கு உதவாத முலைகளைப் பறித்து எறிந்து தங்களின் விரக அழலைத் தீர்த்துக்கொள்வது வழக்கமாகத் தமிழகத்தே இருந்துள்ளதாகத் தெரிகின்றது'

என்று முடிவுரைப்பர். மேல் அறிஞரின் கருத்து, காதல் தோல்வி என்பதே முலையறுப்புக்குக் காரணமாக்கப்பட்டு விவரித்துள்ளது. கணவனுக்கு இனி உதவாத நிலையில்தான் கண்ணகியும் இச்செயலை மேற்கொண்டாள் என்ற கருத்தும் இதனுள் அடங்கும். ஆயின் புராதன தமிழ்ச் சமூகத்தில் முலையறுப்பு என்பதன் பொருண்மை வெகுளியின் வெளிப்பாடாகவும் எதிரியை அழித்தல் என்பதாகவும் இருந்துள்ளமையை அறிய முடிகின்றது. இதுபற்றிச் சற்று விளக்கமாகவே அறியமுடியும்.

ஈழவப் பெண் முலையறுப்பு

சென்ற நூற்றாண்டுவரை தென்னிந்தியப் பகுதிகளில் பெண்கள் முலைகளை அறுத்தெறியும் வழக்கம் இருந்துள்ளதை அறியமுடிகின்றது. திருவாங்கூர் சமஸ்தானப் பகுதியில் ஈழவப்பெண் ஒருத்தி முலைவரிச் சுமையால் வெகுண்டு தன்முலையை அறுத்தெறிந்த நிகழ்ச்சியை ஜாய் ஞானதாசன் (1995) விவரித்துள்ளார். அது வருமாறு:

> திருவாங்கூர் பெண்களை இழிவுபடுத்தும் ஒரு நாடாக இருந்துள்ளதை அறியமுடிகின்றது. பின்தங்கிய சாதியினர் மீது விதிக்கப்பட்ட சுமைமிக்க வரிகள் மிகக் கொடுமையானவை. இவ்வரிகளுள் கொடுமையையும் வெறுப்பையும் தரும் வரி ஒன்று மார்பு வரி என்று அழைக்கப் பட்டது. இது பெண்கள்மீது விதிக்கப்பட்டது. இந்த வரியை வசூலிப்பதிலும் இனவாரியாகப் பிரிப்பதிலும் காட்டப்பட்ட மனித நேயமற்ற செயல்கள் கொடுமையானவை. இந்த முலைவரி ஏற்படுத்தி இருந்த இழிவைத் தாங்கமுடியாத ஈழவப் பெண் ஒருத்தி வரித்தண்டல்காரர்களிடம் தனது மார்பு ஒன்றை அறுத்துக் கொடுத்துள்ளாள்.

வெறுப்பின் காரணமாகவும் வெகுளியின் காரணமாகவும் இந்த முலையறுப்பு நடந்துள்ளதை அறிய முடிகின்றது.

அமேசான் போராளிப் பெண்கள் முலையறுப்பு

அமேசான் போராளிப் பெண்கள் பற்றிய தொன்மங்கள் வியக்கத்தக்க வகையில் கண்ணகி தொன்மத்தோடு ஒத்துள்ள மையைக் குறிப்பிடுதல் வேண்டும். கண்ணகி தொன்மம் எவ்வாறு புராதனத் தமிழ்ச் சமூக மரபுகளை அடிப்படையாகக் கொண்டுள்ளதோ அதேபோன்று அமேசான் போராளிப் பெண்கள் மரபுகளும் புராதனச் சமூகத்திற்குரியனவாகக் காணப்படுகின்றன. அமேசான் போராளிப் பெண்கள் கிறித்துப் பிறப்பதற்கும் முன்பு வாழ்ந்த இனக்குழு மரபிற்குரியவர்கள். இவர்களது காலம் கி.மு. 5ஆம் நூற்றாண்டு ஆகலாம் என உய்த்தறியப்பட்டுள்ளது. கண்ணகி தொன்மத்தின் அடிப்படைகளும் வரலாற்றுக் காலத்திற்கு முற்பட்ட தாய்வழிச் சமூகத்திற் குரியவையாகக் காணப்படுதலையும் எண்ணுதல் வேண்டும். தாய்வழிச் சமூகத்தைச் சேர்ந்த அமேசான் போராளிப் பெண்கள் மனித இனத்தின் மிகப் பழைய போர் மறவர்களாகக் கருதப் படுகின்றனர். புராதன மனித சமூகத்தில் பெண்களே போர் களை முன்னின்று நடத்தினர் என்பதற்கு இப்பெண்களையே வரலாற்று ஆசிரியர்கள் மேற்கோள்காட்டி உள்ளனர். மிக மூர்க்கமாகப் போராடும் குணத்தைக் கொண்ட இவர்கள் தம் எதிரிகளை அழிப்பதற்குச் சினத்தோடு தமது முலைகளை அறுத்து எறிந்துள்ளனர். முலைகளை அறுத்து எறிவதன் மூலம் எதிரி அழிவான் என்பது தாய்வழிச் சமூகத்திற்குரிய நம்பிக்கை ஆகும். இச்செயலும் இந்நம்பிக்கையும் கண்ணகி தொன்மத் தோடு மிக நெருங்கிய ஒப்புமை பெற்றுள்ளமையை இங்குக் குறிப்பிடுதல் வேண்டும். இவை பற்றிய விளக்கங்கள் வருமாறு:

அமேசான் பெண் போராளிகள் வியக்கத்தக்க பெண் குழுவினர் ஆவர். இவர்களைப் பற்றி ஏராளமான தரவுகள் வேறு வேறான நிலைகளில் கிடைத்துள்ளதை அறியமுடிகின்றது. அமேசான் போராளிப் பெண்கள் தம் வலப்பக்க மார்பை அறுத்துக் கொள்பவர்கள். வெற்றிக்காக அவர்கள் எதையும் செய்யக் கூடியவர்கள். முலையை அறுத்துக் கொள்வது உண்மையா அல்லது கற்பனையா என்பது பற்றி ஆராய்ச்சி யாளர்கள் குழம்பிப்போய் உள்ளனர். ஏனெனில் அமேசான் பெண்கள் எதற்காக முலையை அறுத்துக்கொண்டனர். முலையில் உள்ள ஆற்றல் எத்தகையது என்பது பற்றிய தெளிவான விளக்கங்களை அவர்கள் அறிந்திருக்கவில்லை. இப்பொழுது காணும் சிற்பங்கள், படங்கள் முதலியவற்றில்

அப்பெண்கள் ஒற்றை முலையுடனே காணப்படுகின்றனர். இவ்வாறு அப்பெண்கள் காணப்படுவது ஆராய்ச்சியாளர்களுக்குப் பெரும் அதிர்ச்சியாக உள்ளதாக அறியமுடிகின்றது. அமேசான் பெண்கள் கிரேக்கத்தை ஒட்டிய கருங்கடல் பகுதியில் கி.மு. 5ஆம் நூற்றாண்டு அளவில் வாழ்ந்த மூர்க்கமான போராளிப் பெண்கள் என்பதை அறிஞர்கள் கூறியுள்ளனர்.

கஜகஸ்தான் நாட்டுத் தொல்பொருள் ஆய்வுக் கழகத் தலைவர் ஜான்டேவிட் இம்பால், அகழாய்வில் பெண் போராளிக் குழுவினர் பற்றிய சில தடயங்களைக் கண்டு பிடித்துள்ளார். அமேசான் பெண் தலைவி ஒருத்தி ஆயுதம் தாங்கிய நிலையில் புதைக்கப்பட்ட தடயம் கிடைத்துள்ளது. அவளது உடலில் நீண்ட அம்பு தைத்த அடையாளம் உள்ளது. கால் எலும்புகள் வளைந்த நிலையில் காணப்படுவதாகவும் இவ்வாறு வளைந்து காணப்படுவதற்குக் காரணம் இப்பெண்கள் வாழ்நாள் முழுவதும் குதிரையில் பயணம் செய்து போர்புரிந்ததே என்றும் அவர் ஆராய்ந்து கூறியுள்ளார்.

கிரேக்கத் தொன்மம் ஒன்று அமேசான் போராளிப் பெண் குழுவினரை ஏரஸ் (Ares) என்ற போர்க்கடவுளின் வாரிசுகள் என்று கூறியுள்ளது. ஹர்மோனியா (Harmonia) என்ற கடல் தெய்வத்தின் வாரிசுகள் என்றும் கூறப்பெறுகின்றது. அமேசான் பெண்கள் அர்டிமிஸ் (Artemis) என்ற வேட்டைக் கடவுளை வழிபட்டு வந்தனர் என்றும் கூறப்பெறுகின்றது.

ஹிராடடஸ், அமேசான் பெண்கள் வாழ்ந்த நிலப்பரப்பு பற்றிய தகவல்களைத் தந்துள்ளார். தெற்கு ருஷ்யாவின் நிலப்பகுதி, தரேஸ் (Thrac) அல்லது அல்பேனியா வடக்கில் உள்ள கொக்காசஸ் மலையின் அடிவாரம், தற்போதைய துருக்கிக் கடற்கரைப் பகுதியான ஆசியா மைனர், தென் மோடான் ஆற்றுப்பகுதிகள் முதலிய இடங்களில் இப்பெண் குழுவினர் வாழ்ந்திருக்கலாம் என்று ஆராய்ச்சியாளர்கள் கருதுகின்றனர்.

கிரேக்க உரோம் முதலிய பழைய நாகரிகங்களில் இப்பெண்கள் குறித்த கலைப் படைப்புகள் உள்ளதாக அறிஞர்கள் கூறியுள்ளனர். இப்பெண்களின் பெயர்களில் பலவேறு இடப் பெயர்கள் வழங்குவதாகத் தெரிகின்றது.

ஜெசிகா சாலம்சன் (Jessica Salmonson) எனும் ஆய்வாளர் அமேசான் போராளிப் பெண் குழுவினர் கற்பனைப் படைப்பினர் அல்லர் என்றும் ஒரு காலத்தில் வாழ்ந்த உண்மை

மாந்தரே என்றும் கூறியுள்ளார். அமேசான் குழுவினர் தாய்வழிச் சமூகத்திலிருந்து உருவானவர்கள் என்று கூறும் இவர், இவர்களுள் ஒரு குழுவினர் திரித்தோனியா ஆப்பிரிக்கக் கடற்கரையைச் சேர்ந்த லிபியன் பெண் போராளிகள் என்றும் கூறியுள்ளார். மிக அழகானவர்கள் என்றும் இரத்த வெறி கொண்டவர்கள் என்றும் இடிபோன்று முழக்கமிட்டு வருபவர்கள் என்றும் போர் வெறி கொண்டு அலைபவர்கள் என்றும் கூறப்படுகின்றது. இக்குழுவினர் ஆண்களை அடிமை யாக வைத்திருந்ததாகவும் சில சமயம் ஆடவர் கைகளை வெட்டி முடமாக்கி வைத்திருந்ததாகவும் ஆடவர்களை உடல் உறவிற்கு மட்டுமே பயன்படுத்தினர் எனவும் பல நேரங்களில் ஆண்குழந்தைகளைக் கொன்றுவிடுவதும் உண்டு எனவும் அல்லது தேவைப்படும் வேறு குழுவினர்களுக்கு அளித்துவிடுவர் என்றும் பெண் குழந்தைகளுக்குச் சிறுவயது முதலே போர்ப் பயிற்சி அளிக்கப்படுவதாகவும் கூறப்படுகின்றது. மூர்க்கமாகவும் வெறிபிடித்தும் இவர்கள் போரிடும் போது எதிரிகளை அழிப்பதற்காகத் தமது மார்பை அறுத்து எறிவர் என்றும் ஆராய்ச்சியாளர்கள் கூறியுள்ளனர். இவ்வாறு முலையறுப்பது கற்பனையா? அல்லது உண்மையா என்பதும் தெரியவில்லை என்றும் கூறியுள்ளனர் (கூடுதல் விவரங்கள் அறிய:w.w.w. The woman warriors of the Amazn. Com., இணைய தளத்தில் அனிஷ் சாண்ட் (Anish Chand) அளித்துள்ள தகவல்கள்).

அமேசான் பெண்களின் முலையறுப்புப் பற்றியும் அவர்களின் மூர்க்கமான போர்க்குணம் பற்றியும் விவரிக்கும் ரோஸலிண்ட் மைல்ஸ் (2001) கருத்துகள் குறிப்பிடத்தக்கவை. அவை வருமாறு:

> மத்திய தரைக் கடல் பகுதிகளில் வாழ்ந்த பெண் போராளிகளைப் பற்றிய கதைகள் ஆயிரம் ஆண்டு களுக்கும் மேலாகத் தொடர்ந்து வந்துள்ளன. வாய்மொழி வரலாறுகளும் நிரம்ப உள்ளன. என்றாலும் பெண் போராளிகளாகிய அமேசான் பற்றிய விவரணைகள் கற்பனை என்றும் கட்டுக் கதை என்றும் வெளிநாடுகளைச் சேர்ந்த கதைகள் என்றும் ஆக்ஸ்போர்டு செம்மைசால் அகராதி விளக்குகின்றது. இருபதாம் நூற்றாண்டின் பெண்ணிய ஆராய்ச்சியாளர்களும் அமேசான் கதைகள் பற்றி மன உளைச்சல் அடைந்துள்ளனர். 'அமேஸான்' என்றால் கிரேக்க மொழியில் 'ஒரு முலை இல்லாதவர்கள்' என்பது பொருள். இவ்வாறு பொருள் கொள்வது அப்பட்டமான பொய்யான

கற்பனையான விளக்கம் என்றும் இது மொழி அடிப்படையில் கேலிக் கூத்தானது என்றும் அறியப்பட்டுள்ளது. போரின்போது தமது கையைச் சுழற்றமுடியாத அளவிற்கு எத்தனைப் பெண்களுக்கு வலது மார்பகம் அவ்வளவு பெரிதாக இருக்கிறது? எனவே போராடுவதற்காக வேண்டிப் பூர்வக்குடிப் பெண்கள் தமது மார்பகங்களை அறுத்துக் கொண்டார்கள் என்று கூறப்படுவது முழுவதும் அவமதிப்பிற்குள்ளானது ஆகும். ஆனால் இக்கருத்தை முழுவதும் நிராகரிப்பதும் இயலாதது ஆகும். பல்வேறு கதை சொல்லிகளின் படைப்புகள் ஆய்வுகள் வரையிலும் ஏராளமான தரவுகள் மார்பகம் அறுத்துக்கொள்ளும் வழக்கத்தை உறுதி செய்துள்ளன (ரோஸலிண்ட் மைல்ஸ். 2001).

வரலாற்று ஆசிரியர்கள் முதற்கொண்டு பண்பாட்டு ஆராய்ச்சியாளர்கள் வரையிலும் 'அமேசான் போராளிப் பெண்களின் முலையறுப்பு வழக்கத்தை' ஒரு வியப்பிற் குரியதும் புதிரான ஒன்றாகவும் பார்த்து வந்துள்ளதை அறிய முடிகின்றது. முலையறுப்பிற்கான சரியான காரணத்தை அறிய முடியாமல் ஒரு வகையான குழப்பம் நிலவுவதையும் அறியமுடிகின்றது. முலையறுப்பிற்கான அடிப்படைத் தொன்மத்தை அறிய வேண்டும் என்றால் புராதனத் தாய்வழிச் சமூக அமைப்பிற்குள்தான் தேட வேண்டி உள்ளது. இவ்வாறான தேடலில் புராதனத் தமிழ்ப் பண்பாட்டில் இதற்கான காரணங்களையும் அறிய முடிகின்றது. இவற்றை இக்கட்டுரையின் அடுத்த பகுதியில் அறியலாம்.

புத்த சாதகக் கதைகளில் பெண்கள் முலையறுப்பு

புத்த சாதகக் கதைகள் என்றும் பௌத்த சாசனக் கதைகள் என்றும் கூறப்படும் புத்தரின் பூர்வ ஜென்மம் பற்றிய கதைகளில் முலைகளை அறுத்தெறியும் மறக்குடிப் பெண்கள் பற்றிய குறிப்புகள் ஏராளமாக வருவதாக மயிலை சீனி.வேங்கட சாமியும் கே.கே. பிள்ளையும் (1981) குறிப்பிட்டுள்ளனர். வடமொழியில் உள்ள பௌத்த நூல்களில் மார்பினைத் திருகி எறிந்த பௌத்தப் பெண்களின் தீரச் செயல்கள் குறிக்கப் பெற்றுள்ளன என்று கூறும் சோ.ந. கந்தசாமி (2003) இச்செயல் களோடு கண்ணகித் தொன்மத்தையும் ஒப்பிட்டுக் கண்ணகி பௌத்தப் பெண் என்ற முடிவிற்கு வருகின்றார். இக்கருத்திற்கு அரணாக அவர் காட்டும் புத்த சாசனக் கதை வருமாறு:

ஈன்று அணிமைப்பட்ட தாய்ப்புலி ஒன்று பசியின் மிகுதியினால் தன் குட்டியைக் கொன்று தின்னும் அவல நிலையினை ரூபாவதி என்னும் போதி சத்துவப் பெண் கண்டாள். இல்லத்திற்குச் சென்று உணவு எடுத்து வரலாம் எனின் அதற்குள் தாய்ப்புலி தன்குட்டியைத் தின்றுவிடுதல் கூடும். குட்டியையும் தூக்கிக்கொண்டு சென்று உணவு கொணர லாம் எனின் தாய்ப்புலி பெரும்பசி காரணமாக இறத்தல் கூடும். இக்கட்டான நிலையில் இப்போதி சத்துவப்பெண் தன் மார்பினைத் திருகித் தாய்ப்புலிக்கு உணவளித்துப் பசி போக்கிக் காத்தாள்.

பாட், சாரன்: பாணர் மரபில் முலையறுப்பு

கண்ணகி முலையை அறுத்துக்கொள்வது பற்றிய ஆராய்ச்சி யில் குஜராத் பகுதியில் வாழும் பாட், சாரன் எனும் பழங்குடிப் பாணர் மரபினர்தம் பண்பாடு முதன்மையான பங்களிப்பைச் செய்துள்ளது. பாட், சாரன் எனும் பழங்குடி இனத்தினர் குஜராத்தில் உள்ள பதினெட்டுப் பாணர் மரபினருள் அடங்குவர். இவ்விரு மரபினர்தம் வழக்காறுகள் கண்ணகி தொன்மத்தோடு மட்டுமின்றிச் சிலப்பதிகாரப் பிரதியில் உள்ள வேட்டுவ வரியோடும் நெருங்கிய தொடர்பைக் கொண்டுள்ளன. இதுபற்றிய விவரங்கள் வருமாறு (பக்தவத்சல பாரதி. 2013):

பாட், சாரன் எனும் இரு சமூகத்தினருமே ‘மாதா’ எனப்படும் தாய்த் தெய்வத்தை வழிபடக் கூடியவர்கள். தாய்த் தெய்வ வழிபாட்டு மரபைக் கொண்டவர்கள் என்பதால் இவர்கள் ‘தேவி புத்திரர்கள்’ என்று அழைக்கப்பட்டனர். தேவி புத்திரர்கள் என்பதால் சில பகுதிகளில் இராசபுத்திரத் தலைவர்கள் இவர்களைப் பிராமணர்களை விடவும் பெரிதாக மதித்துப் போற்றியுள்ளனர். பாட், சாரன் இருவரும் ஊர் மக்களின் அல்லது குடிகளின் வம்ச வரலாற்றை அல்லது வம்சப் புராணத்தைப் பாடக் கூடியவர்கள். வழிப் பயணிகளுக்கு வழி சொல்லும் முறையில் ஆற்றுப்படுத்துபவர்களாகவும் இவர்கள் விளங்கி உள்ளனர். ஆற்றுப்படுத்தும்போது வழியில் தென்படும் விலங்குகள், இளைப்பாறும் இடங்கள், குடிநீர் கிடைக்கக்கூடிய இடங்கள், முன்னர்ச் சென்று கொண்டிருப்பவர் பற்றிய விவரங்கள் முதலியவற்றை எடுத்துக் கூறி ஆற்றுப் படுத்துவர். ஒருவர் தரும் பொருட்களை வேறு இடத்தில் கொண்டு சேர்க்கும் பணியையும் இவர்கள் செய்து வந்தனர். இவ்வாறு பொருட்களைக் கொண்டு செல்லும் வழியில் கள்வர்களால் மிரட்டப்பட்டார்கள், தாக்கப்பட்டார்கள், கொள்ளையடிக்கப்பட்டார்கள். இவ்வாறான சூழல்களில்

இவர்கள் 'டிராகு' (குருதிக் காணிக்கை) எனப்படும் காணிக்கையைக் கொடுப்பர். இது எதிரிகளுக்கு அழிவை ஏற்படுத்துவதாக நம்பினர். வரலாறு முழுக்கவே இராச புதனத்தில் சாரன்கள் ஒரு பொருளை எடுத்துச் சென்று ஒப்படைக்கும் பணியை ஒரு தொழில் முறையாகவே செய்து வந்துள்ளனர்.

தேவி புத்திரர்களாகிய பாட், சாரன் ஆகிய இரு சமூகத்தினருமே 'டிராகு' (Tragu) எனப்படும் உடலை வருத்திக் காணிக்கை செலுத்தும் வழக்கத்தைக் கொண்டுள்ளனர். 'டிராகு' கொடுப்பது என்பது ஒருவர் தன்னுடைய குருதியை வரவழைத்துத் தம் குறைகளைத் தெய்வத்திடம் முறையிட்டுச் சிந்துவது ஆகும். இவ்வாறு காணிக்கை கொடுக்கும்போது எதிரிகளுக்குக் கொடுந்துன்பம் ஏற்படும் என்பது மேற்கு இந்தியப் பகுதி மக்களிடம் வரலாறு நெடுக வழங்கிவரும் நம்பிக்கை ஆகும். பாட்களும் சாரன்களும் எப்போதும் குத்து வாள் ஒன்றினைத் தங்கள் வசம் வைத்திருப்பார்கள். மற்றவரால் அவர்களுக்குப் பெருந்துன்பம் ஏற்படும்போது குத்துவாளினை எடுத்துத் தம் உடலைக் கீறிக் குருதியை வரவழைத்துத் தம் குறைகளைத் தெய்வத்திடம் முறையிடுவார்கள். இவ்வாறு காணிக்கை கொடுக்கும்போது எதிரிகளுக்குப் பேராபத்து ஏற்படும் என்பது மேற்கிந்தியப் பகுதி மக்களிடம் வரலாறு நெடுக வழங்கி வரும் ஓர் ஆழ்ந்த நம்பிக்கை ஆகும்.

கொடுந்துன்பம் எதிரிகளால் ஏற்படும்போது பாட் பெண்களும் சாரன் பெண்களும் தற்கொலை செய்து கொள்வர். சில பெண்கள் தம் முலை ஒன்றை அறுத்து வீசி எறிவர். இவ்வாறு முலையை அறுத்து எறிவது எதிரிக்கு அழிவை உண்டாக்கும் என்று நம்பப்படுகிறது. தம் முலையை அறுத்து எறிந்து தங்களின் சினத்தைத் தெய்வத்திடம் காட்டி மரண மடைந்த பெண்கள் தாய்த் தெய்வமாக (மாதாவாக) ஆக்கப் பட்டுள்ளனர். இத்தகைய நாட்டார் மரபிற்குரிய 'தாய்த் தெய்வங்கள்' வடக்குக் குஜராத்திலும் சௌராஷ்டிரத்திலும் இன்றும் காணப்படுகின்றன. பகுச்சாரா (Bahucara) எனப்படும் தெய்வம் ஒன்று இன்று குஜராத்தில் மிகவும் போற்றப்படும் மூன்று தாய்த் தெய்வங்களுள் ஒன்றாகும். இந்தப் பகுச்சாரா தெய்வமானது கோலி (Koli) இனத்தாரால் தாக்கப்பட்ட பாண் சமூகத்தைச் சேர்ந்த சாரன் பெண் தன் முலைகளை அறுத்தெறிந்து தெய்வமாக்கப்பட்டதால் உருவான தெய்வம் ஆகும். பல நேரங்களில் மற்றவர்களால் துன்பம் நேரும் போது குருதி சிந்திக் கடுஞ்சீற்றத்துடன் பழித்து வசைபாடும் வழக்கத்தை இப்பாண் சமூகத்தார் கொண்டுள்ளனர். பாட், சாரன்களின் கடுஞ்சினமும் சீற்றமும் துன்பம் இழைத்த

வருக்கு அழிவை ஏற்படுத்தும் என மேற்கிந்தியப் பகுதி மக்கள் நம்புகின்றனர். சௌராஷ்டிராவின் பல கிராமங்களில் காணப்படும் நினைவுக் கற்கள் குறிப்பிடத்தக்கவை. இக் கிராமங்களில் பாலியா (*Paliya*) என்றழைக்கப்படும் காவல் கற்கள் (*Guardian stones*) கிராமங்களின் எல்லைப்பகுதிகளில் நுழைவு வாயில்களில் நடப்பட்டிருக்கும். 'டிராகு' கொடுத்து ஊரிலுள்ள ஆடுமாடுகள் திருடு போகாமல் காத்த சாரன் இன ஆண், பெண் நினைவாக இக்கற்கள் நடப்பட்டவை ஆகும். ஊரைவிட்டுச் செல்லும்போதும் ஊருக்குள் நுழையும் போதும் ஆடுமாடுகளைக் களவாடிச் செல்லும் திருடர்களைக் தடுப்பதற்காகச் சாரன்கள் முதன்மையான தடுப்புப் பணியை மேற்கொண்டிருந்தனர். திருடர்கள் அவர்களைத் தாக்கும் போது திருடர்களுக்குப் பெருந்துன்பத்தைக் கொடுக்க அவர்கள் தாய்த் தெய்வத்திற்கு டிராகு கொடுத்துள்ளனர்.

பாட், சாரன் பாணர் மரபும் வேட்டுவ வரியும் வெட்சி, கரந்தை மரபும்

பாட், சாரன் ஆகிய பழங்குடிப் பாணர்களின் பண்பாட்டுக் கூறுகள் பலவும் சிலப்பதிகார வேட்டுவ வரியுடன் ஒத்துப்போவதை அறிய முடிகின்றது. பாட், சாரன் இரு இனத்தவரும் 'மாதா' எனப்படும் தாய்த் தெய்வத்தை வணங்கியது போலவே வேட்டுவ வரியில் வரும் எயினரும் எயிற்றியரும் கொற்றவையாகிய தாய்த் தெய்வத்தை வணங்கு பவர்களாக உள்ளனர். பாணர் மரபில் 'டிராகு' கொடுத்தல் என்பது குருதி கொடுத்தலாக அதாவது தாய்த் தெய்வத்திற்குக் குருதி கொடுத்தலாக அமைந்துள்ளது. இதேபோல் வேட்டுவ வரியில் குருதிப்பலியை ஏற்கும்படி எயின மறவர்கள் கொற்றவையை வேண்டிக்கொள்ளும் பகுதி குறிப்பிடத்தக்கது. கொலையையும் வலிமையையும் உடைய எயினர் பெற்ற வெற்றிக்கு விலையாக அம்மறவர்கள் கொற்றவையின் மலரடியைத் தொட்டுச் சூளுரைத்துப் பெற்ற வெற்றிக்குக் கடனாக மிடற்றிலிருந்து கொட்டும் குருதியை அளித்தனர் (சிலம்பு. வேட்டுவ. 18). ஆநிரைகளைப் பெறும் வெற்றியுடைய எயினர்கள் பகையை வென்றதற்கு விலையாகவும் கடனாகவும் நிணத்தோடு கூடிய குருதிப் பலியைக் கொற்றவைக்குக் கொடுத்தனர் (சிலம்பு.வேட்டுவ. 19). துடியும் சிறுபறையும் கொம்பும் முழங்க இருளில் எயினர் வழிப்போவோரைக் கொல்லும் புலிபோலும் வலிமை உடையவர். அந்த எயினர் முன்னாளில் கொற்றவையிடம் சூளுரைத்தபடி மிடற்றிலிருந்து சொரிகின்ற நிணத்தோடு கூடிய குருதியைப் பலியாக அளித்தனர் (சிலம்பு. வேட்டுவ. 20). வழிப்போவாரைக் கொன்று பெற்றிடும்

பொருள் வளமாகும்படி அதற்கு விலையாக இப்பலிக்கடனை உண்பாயாக என்று கொற்றவையை எயினர் வேண்டினர் (சிலம்பு. வேட்டுவ. 21). கேட்போர் அஞ்சும்படி முழங்கும் துடி ஓசையுடன் பகைவர் துஞ்சுகின்ற பொழுதில் ஊர்க்கொலை செய்யும் எயினர் இடும் குருதிக்கடனைக் கொற்றவை பெற்று மகிழ்ந்தாள் (சிலம்பு. வேட்டுவ. 22). இவ்வாறு தாய்த்தெய்வத்திற்குக் குருதியையும் உயிரையும் பலியாகக் கொடுக்கும் தமிழர் மரபு 'நவகண்டம்' என்று கூறப்பட்டது. எதிரிக்கு அழிவைக் கொடுத்த பின்னர் எயினர் கொற்றவைக்குத் தம் தலைகளை அரிந்து காணிக்கை கொடுத்துள்ளனர். இதுவே நவகண்டம் என்று போற்றப்பட்டது. ஆடு, மாடுகளைக் கவர்ந்து செல்வது, கவர்ந்து சென்ற ஆநிரை முதலியவற்றை மீட்பது ஆகியவை தமிழர் பண்பாட்டின் மிகப் புராதன வழக்காறுகள் ஆகும். இவற்றை வெட்சி என்றும் கரந்தை என்றும் புறத்திணை மரபுகளாகத் தமிழிலக்கிய மரபில் சான்றோர் போற்றியுள்ளனர். கவர்ந்து செல்வதற்குக் குருதிப்பலி கொடுத்தது போலவே அவற்றை மீட்டுவருவதற்குச் சென்று போரில் மரணமடைந்த மறவர்களுக்கும், நடுகல் நாட்டப்பட்டது. இதுபோன்ற வழிபாட்டுக் கற்களையே பாட், சாரன் இனக்குழுப் பாணர் மரபில் காவற் கற்கள் என்று போற்றப்பட்டுள்ளன. புறநானூற்றில் இடம் பெற்றுள்ள கரந்தைத் திணைப் பாடல்கள் வெட்சி மறவர் கவர்ந்து சென்ற மாடுகளைக் கரந்தை மறவர் மீட்கச் சென்று போரிட்டதையும் போரிட்டு மாண்டதையும் பின் நடுகல்லாக வழிபாடு பெற்றதையும் விளக்கி உள்ளன.

> பல்ஆ தழீஇய கல்லா வல்வில்
> உழைக்குரற் கூகை அழைப்ப ஆட்டி
> நாகுமுலை அன்ன நறும்பூங் கரந்தை
> விரகறியாளர் மரபிற் நட்ட
> நிரை இவண் தந்து நடுகல் ஆகிய
> வென்வேல் விடலை

(புறம். 261)

எனவும்,

> பரலுடை மருங்கிற் பதுக்கை சேர்த்தி
> மரல்வகுந்து தொடுத்த செம்பூங் கண்ணியொடு
> அணிமயிற் பீலி சூட்டிப் பெயர்பொறித்து
> இனி நட்டனரே கல்லும் கன்றொடு
> கறவை தந்து பகைவர் ஓட்டிய
> நெடுந்தகை கழிந்தமை அறியாது
> இன்றும் வருங்கொல் பாணரது கடும்பே

(புறம். 264)

எனவும்,

பல்லான் கோவலர் படலை சூட்டக்
கல் ஆயினையே கடுமான் தோன்றல்

(புறம். 265)

எனவும் வரும் புறநானூற்றுப் பாடலடிகள் ஊரிலிருந்த ஆநிரைகளை வெட்சி மறவர் கவர்ந்து செல்லக் கரந்தை மறவர்கள் ஆநிரைகளை மறித்து வெட்சியாரோடு போரிட்டு ஆநிரைகளை மீட்டு வீரமரணம் அடைகின்றனர் என்பதையும் அவ்வாறு மரணம் அடையும் மறவர்களுக்கு நடுகல் நட்டு வழிபாடு செய்யப்பட்டமையையும் விவரித்துள்ளன.

இவ்வாறாகப் புராதனத் தமிழ்ச் சமூகத்தில் வழக்கில் இருந்த ஆநிரை கவர்தல் – மீட்டல் என்ற வழக்காறு வெட்சி கரந்தை என்ற இலக்கண மரபாக உருவாக்கம் பெற்றமை ஒருபுறம் நிற்க, இந்த வழக்காறே பாட், சாரன் பழங்குடிப் பாணர் மரபினரின் பண்பாட்டிலும் இடம் பெற்றுள்ளதை அறியமுடிகின்றது. இந்திய நிலப்பரப்பில் இது போன்ற தமிழ்ச் சமூக வழக்காற்று மரபுகள் பலவும் பல்வேறு இடங்களில் பல்வேறு இனக்குழுப் பண்பாட்டு மரபுகளில் நின்று நிலவுவதை அண்மைக்கால ஆய்வுகள் வெளிக் கொணர்ந்துள்ளன. குமரிமுனை தொடங்கிச் சிந்துவெளி நாகரிகப் பரப்பு வரையிலுமான பழங்குடி, நாட்டார் மரபுகளை ஆழங்காற்பட்ட ஆய்விற்கு உட்படுத்தும்போது புராதன தமிழ்ச் சமூக மரபுகளை மீட்டுருவாக்கம் செய்யும் நிலையும் அதன் மூலம் தமிழ் மரபுகளின் நில எல்லையை விரிவாக்கம் செய்யும் நிலையும் உருவாகும் என்பது திண்ணம்.

ஆகப் பெண்கள் மார்பகத்தை அறுத்துக்கொள்ளும் மரபும் நடுகல் மரபு போன்றனவும் மிகப் பழமை வாய்ந்த பண்பாட்டுக் கூறுகளாக அமைந்துள்ளமையை அறியமுடிகின்றது. பாட், சாரன் பழங்குடிப் பாணர்களிடம் காணப்படும் முலையறுப்பு, ஆநிரை கவர்தல், மீட்டல், குருதிப்பலி, நவகண்டம் முதலான மரபுகளைச் சிலப்பதிகாரத்தோடு பொருத்திப் பார்க்க முடிகின்றது.

தாய்வழிச் சமூகத்தில் முலை ஆற்றல்

பெண்களின் மார்பகம் பற்றிய புனைவுகள் சங்க இலக்கியத்திலும் பிற்கால இலக்கியங்களிலும் மிகுதி. அப்புனைவுகள் ஆண் மையத் தலைமைச் சமூகத்தில் ஆண்மொழியால் புனையப் பெற்றவை. பாலியல் சார்ந்த கருத்து நிலையில் அப்புனைவுகள்

இடம் பெற்றுள்ளமையை உணர முடிகின்றது. ஆயின் தாய்வழிச் சமூக அமைப்பில் பெண்களின் முலை ஆற்றல் என்பது புனிதம் நிறைந்ததாகவும் அதீத ஆற்றல் உடையதாகவும் கருதப்பட்டது. முலை தெய்வஆற்றல் நிறைந்த உறுப்பாகவும் கருதப்பட்டது. இக்கருத்தைப் பின்வருமாறு புரிந்துகொள்ள முடியும். புறநானூற்றுப் பாடலொன்று மறக்குடித்தாயின் மற உணர்வு பற்றியதாக அமையக் காணலாம்.

வருபடை போழ்ந்து வாய்ப்பட விலங்கி
இடைப்படை அழுவத்துச் சிதைந்து வேறாகிய
சிறப்புடை யாளன் மாண்புகண் டருளி
வாடுமுலை ஊறிச் சுரந்தன
ஓடாப்பூட்கை விடலைத் தாய்க்கே

(புறம். 295)

எனும் புறப்பாடல் மறக்குடியைச் சேர்ந்த முதுதாய் ஒருத்தியின் மறச்செயலை விவரித்துள்ளது. இத்தாயின் புதல்வன் எதிரியின் படையைப் பிளந்து சென்று எதிரியை அழித்து அக்களத்திலேயே தன்னுடல் சிதைய வீரமரணம் எய்தியதைக் கண்ட அம்முது தாயின் வாடிய முலையிலிருந்து பால் ஊறிச் சுரந்த நிகழ்வை இப்பாடல் விவரித்துள்ளது. இப்பாடல் மறக்குடித்தாயின் போர்ப் பங்களிப்பை ஒருவாறு விளக்கக் காணலாம். தன் மகனின் பெருவீரம் கண்ட நிலையில் ஈன்ற பொழுதிலும் பெரிது உவகை எய்திட அவள் மார்பகம் பால் ஊறிச் சுரந்த நிலை மறச்செயலுக்கும் மார்புப் பாலுக்குமான உறவையும் ஒருவாறு விளக்கக் காணலாம்.

முலைக்கும் மறச்செயலுக்கும் அல்லது வெகுளி நிலைக்கு மான உறவு விரிவாக ஆராய்வதற்குரியது. வெகுளியோடு போர்க்களம் சென்று முலையறுப்பேன் என்று வஞ்சினம் கூறும் முதுகுடிப் பெண்டிரின் மறப்பண்பை மூதின் முல்லைப் பாடல்கள் விவரிக்கக் காணலாம்.

நரம்பு எழுந்து உலறிய நிரம்பா மென்றோள்
முளரி மருங்கின் முதியோள் சிறுவன்
படையழிந்து மாறினன் என்று பலர்கூற
மண்டு அமர்க்கு உடைந்தனன் ஆயின் உண்டவென்
முலை அறுத்திடுவென் யான் எனச் சினைஇ
கொண்ட வாளொடு படுபிணம் பெயரா
செங்களம் துழவுவோள் சிதைந்து வேறாகிய
படுமகன் கிடக்கை காணூஉ
ஈன்ற ஞான்றினும் பெரிது உவந்தனளே

(புறம். 278)

என்ற புறப்பாடல் முலையறுப்பில் முதன்மையான செய்தி ஒன்றைப் பதிவு செய்துள்ளது. உடல் வாடி நரம்புகள் புடைக்கத் தளர்ந்து முதிர்ந்த முதுகுடித்தாய் ஒருத்தியிடம் ஏனைய மறவர்கள் 'உன் மகன் போர்க்களத்தில் கருவிகள் அழியப் புறமுதுகிட்டு ஓடினான்' என்று அவச்சொல் கூறிட அதனைப் பொறாத அத்தாய் அப்படி என் மகன் போர்க்களத்தில் புறமுதுகிட்டது உண்மை என்றால் அவன் பாலுண்ட என் முலையை அறுத்து எறிவேன் என்று வஞ்சினம் உரைக்கிறாள். வாளொடு போர்க்களம் சென்று பிணங்களுக்கு நடுவே தன் மகனைத் தேடும் தாயின் கண்முன்னே சிதைந்து வேறாகித் தன் மார்பில் புண் தாங்கி உயிர் இழந்த மகனைக் காணுகிறாள். அந்நிலையில் அத்தாய் அம்மகனைப் பெற்றெடுத்த காலத்தை விடவும் பெரிதும் மகிழ்வு கொண்டனள் என்பதாக அப்பாடல் நிறைவுறுகின்றது.

தாய்வழிச் சமூகத்தில் பெண்களின் முலை ஆற்றல் என்பது மிக அளப்பரியது. தாயின் முலை மானுடக் குலத்தைத் தழைக்க வைக்கும் வளமையின் குறியீடாகவே கருதப்பட்டுள்ளது. புனித ஆற்றல் கொண்டதாகவும் நம்பப்பெற்றது. கடவுள் தன்மை வாய்ந்த புனித ஆற்றல் மிக்க முலைப்பாலை உண்ட மறவன் ஒருவன் எந்த நிலையிலும் வெல்ல முடியாதவன் ஆகிறான் என்பது தாய்வழிச் சமூகத்தின் நம்பிக்கை ஆகும். தாய்ப்பால் மூலம் அதீத மறத்தன்மை ஒருவனை அடைகின்றது என்பது அந்நம்பிக்கையின் பொருண்மையாகும்.

> பெருமித நிலையில் வாடுமுலை ஊறிச் சுரந்தன (புறம். 295) எனும் ஔவையின் பெண் மொழியை வெறும் உயர்வு நவிற்சியாகக் கருதி ஒதுக்கி விடுவதற்கில்லை. அதன் உணர்வுநிலை, உள உடலியல் நோக்கில் ஆராயத்தக்கது. மகாபாரதத்தில் முதியோளாகி விட்ட குந்தியும் நடுத்தர வயதை எட்டிவிட்ட கர்ணனும் சந்திக்கும்போது தாய்மகன் அடையாளம் காண்பதற்குச் சமூக ஏற்புத் தடயமாக அமைவது குந்தியின் முலைப்பால் பீறிட்டுச் சுரத்தலாகும். அந்தப் பாலைக் கர்ணன் பருகினால் யாராலும் வெல்ல முடியாத மறவனாக அவன் மாறிவிடுவான். இதைத் தடுப்பதற்காகக் கண்ணன் பூனையாக மாறிச் செல்வதாக ஒரு செய்தி வழி வழியாக இன்றளவும் தெருக்கூத்தில் இடம் பெறுவது குறிப்பிடத்தக்கது (மு. சுதர்சன். 1998).

தாயின் முலைப்பால் உண்ட மறவனைப் போரில் வெற்றிகொள்வது முடியாத செயல் என்ற நம்பிக்கையின்

விளைவே கர்ணன் கதையில் வெளிப்பட்டுள்ளதை உணர முடிகின்றது. இவ்வாறான நம்பிக்கை தாய்வழிச் சமூகத்தில் தாயின் அளப்பரிய ஆற்றலை அடிப்படையாகக் கொண்டதாகும். தாய்ப்பாலைச் சுரக்கும் முலை இதன்வழி ஆற்றல் மிக்க புனித சக்தி மிக்க உறுப்பாகக் கருதப்பட்டதையும் அறிதல் வேண்டும். தாய்வழிச் சமூகம் நிலவிய புராதனத் தமிழ்ச் சமூகத்தில் இவ்வாறான நம்பிக்கை நிலவி இருக்க வேண்டும் என்பதையும் உய்த்துணர முடியும். தாய்வழிச் சமூகத்தில் பெண்களின் முலை உறுப்பு புனிதமாகக் கருதப்பட்டதோடு அது பன்முகம் கொண்ட ஆற்றலை உடையதாக விளங்கியதை வேறு சில சான்றுகள் மூலமும் அறியமுடியும்.

முலை ஆற்றலும் அணங்கு ஆற்றலும்

'அணங்கு' என்பதைப் பற்றிச் சங்க இலக்கியங்களில் பரவலான தகவல்கள் உண்டு. இச்சொல் ஒருவகையான 'ஆற்றல்' எனும் பொருளில் பயின்றுள்ளதாகவும் அறிய முடிகின்றது. அணங்கு என்பது பெண்ணோடு மட்டுமின்றி வேறு சிலவற்றோடும் தொடர்புடைய ஆற்றலாகச் சங்க இலக்கியங்கள் பதிவு செய்துள்ளன. அணங்கின் ஆற்றலைப் பின்வருமாறு வகை செய்வர் (ஜெ.சியாமளா. 2010).

1. வருத்தும்/ வருத்திக் கொல்லும் தெய்வம்
2. அச்சம், அச்சந்தரும் பேய்
3. அழகு, வடிவு, பெண்
4. நோய், வெறியாடல் (விழா)

இந்த அடிப்படையில் அணங்கு என்பதைப் பெருஞ் சொல்லகராதி வருத்திக் கொல்லும் தெய்வமகள், பெண், பேய், வருத்தும் தெய்வ மகள், வெறியாட்டு, விழவு, வருத்தம், அழகு, ஆசை என்பனவாகப் பொருள் கண்டுள்ளது. அணங்குடை நெடுவரை (அகம். 22) அணங்குடைச் சாரல் (பெரும். 494) அணங்குசால் அடுக்கம் (புறம். 151) அணங்குடை முந்நீர் (அகம். 207) அணங்குடைப் பனித்துறை (குறு. 174) அணங்கரும் பறந்தலை (புறம். 25) அணங்குடை முன்றில் (புறம். 274) அணங்குடை அவுணர் (புறம். 174) அணங்குடை நெடுவாயில் (மது. 632) முதலான தொடர்கள் அணங்கு எனும் ஆற்றல் எந்தெந்தப் பொருளோடு தொடர்பு கொண் டிருந்தது என்பதை விளக்குகின்றன. இவையே அன்றி வில், அம்பு, முரசு (புறம். 151, அகம். 67, 159) முதலியவற்றோடும் அணங்காற்றல் வீற்றிருந்தது. சங்க இலக்கியங்கள் இவ்வாறான

கருத்தில் அணங்கு எனும் ஆற்றலின் தன்மையைத் தெளிவுப் படுத்துகின்றன. அணங்கு என்பது ஆற்றல் என்ற நிலையைத் தாண்டி அது பொருள் தன்மை உடையது அதாவது தனித்த நிலையை உடையது. தெய்வம் முதலான பொருள் தன்மை உடையது. தனி அடையாளம் உடையது என்பதை அறிய முடிகின்றது. அணங்கு என்பது பெண்ணுக்குரிய அதீத ஆற்றல் என்ற நிலையிலிருந்து பின்னாளில் படிமலர்ச்சி பெற்ற கருத்தாகவே மேல் கருத்தைப் புரிந்துகொள்ள வேண்டும். அதாவது பெண்ணுக்கான ஆற்றல் பிற்காலத்தில் அவளோடு தொடர்புடைய பொருள்கள் தொடர்பற்ற பொருள்களுக்கான விரிவாக்கம் பெற்ற ஆற்றலாகப் படிமலர்ச்சி பெற்றுள்ளது. தாய்வழிச் சமூக அமைப்பில் பெண்களின் ஆற்றலாகவே அணங்கு கருதப்பட்டுள்ளது.

அணங்கு நிலைபெற்றுத் தங்குவதற்குரிய கருவியாகப் பெண்ணுடல் விளங்கியது. இதன் காரணமாகத் தெய்வீகத் தன்மை உடையவர்களாக அவர்கள் கருதப்பட்டனர். பூப்புக் காலங்களிலும் பிள்ளைப்பேற்றுக்குப் பிறகும் அணங்கென்னும் ஆற்றல் பெருவிசையுடன் பெண்ணின்மீது இயக்கம் கொண்டுள்ளமையை உணர முடிகின்றது. இக்காலங்களில் அப்பெண் தனிமைப்படுத்தப் பெற்றாள். இதனால் அணங்கு ஆற்றல் கட்டுக்குள் இருந்துள்ளது *(Dinne E. Jenett. 2001).*

தாய்வழிச் சமூக அமைப்பில் பெண்களிடம் உறைந்திருப் பதாக நம்பப் பெற்ற ஆற்றல், பருவ வயது முதற்கொண்டு முதியோள் வயதுவரை வெவ்வேறு பருவங்களில் வெவ்வேறு தன்மை வாய்ந்த ஆற்றல்களாக வெளிப்பட்டுள்ளது. இந்த அணங்கு ஆற்றலே மழை, தீ, காற்று முதலான இயற்கையைக் கட்டுப்படுத்தும் ஏவல் கொள்ளும் தன்மை உடையதாக விளங்கி இருக்கிறது. இவ்வாறான நம்பிக்கை பின்னாளில் பன்முகப் பொருண்மை கொண்டதாகச் சங்க இலக்கியங்களில் பயின்றுள்ளமையை அறிய முடிகின்றது.

பெண்கள் சமூகத்தில் உயரிய இடத்தைப் பிடித்து வளமையின் சின்னமாகக் கருதி மதிப்பளித்துப் போற்றப் பட்டனர். இயற்கையிலிருந்து பெறப்பட்ட பொருள்கள் அனைத்தையும் அவ்வியற்கையிலிருந்த பெண்ணின் வடிவமே படைக்கின்றது என்று பழங்குடியினர் நம்பினர். இதனால் இவ்வுலகிலும் அவற்றிலிருந்த வானம், காடு, மலை, நீர் நிலை முதலிய பல்வேறு இடங்களிலும் சக்தி படைத்த அப்பெண்களே குடி கொண்டிருந்ததாக நம்பிப் பல்வேறு பெயர்கள் கொடுத்து வணங்கினர் *(நா. வானமாமலை. 1984).*

வானமாமலை (1984) கருத்து இயற்கைப் பொருட்களிலும் அணங்கு உறைந்து இருப்பதாக நம்பப் பெற்றமைக்கு இயற்கைக்கும் பெண்ணுக்கும் இடையே உள்ள தொடர்பே காரணம் என்பதை உறுதிப்படுத்துகிறது. பெண்களிடம் உறைந்திருந்த அணங்கு ஆற்றல் மழையை வரவழைத்தது; பெரு மழையை நிறுத்தியது; தீயை, நெருப்பை ஏவல் கொண்டது; பெருங்காற்றைக் கட்டுப்படுத்தியது; அவள் சார்ந்த இனத்திற்கு வளமையைத் தந்தது; எதிரிகளுக்கு அழிவைத் தந்தது; மொத்தத்தில் தாய் வழிச் சமூக அமைப்பில் அணங்கு ஆற்றல் அனைத்துமாக உருக்கொண்டு நிலை பெற்றது.

இவ்வாறான அணங்காற்றல் பெண்களிடம் எவ்வாறெல்லாம் நிலை பெற்றிருந்தது என்பதைச் சங்க இலக்கியங்கள் பதிவு செய்துள்ளன. அவை பற்றிய விளக்கங்கள் வருமாறு:

தலைவியின் அழகிய தோளில் அணங்கு நிலை பெற்றிருந்தது (அகம். 291). தலைவியின் தோளில் நிலை பெற்றிருந்த அணங்கானது தலைவனுக்கு வருத்தத்தைச் செய்துள்ளது (நற். 39). தலைவி தம்மை நோக்கினார்க்கு அணங்கினால் வருத்தம் செய்தாள் (கலி. 109). தலைவி தன் கண்களாலேயே அணங்கும் ஆற்றல் உடையவளாகத் திகழ்ந்துள்ளாள் (அகம். 319; கலி. 131; பரி.11, 12). தலைவியின் இடையானது அணங்கு உற்று இருந்தது (கலி. 57). அணங்குற்ற மகளிரைப் போல வெறியாடு களம் காணப்பெற்றது (குறி. 175, 176). அணங்கு வீற்றிருந்த அல்லது சான்ற அரிவை என்று தலைவி வருணிக்கப் பெற்றிருந்தாள் (அகம். 73, 114, 212, 298). தலைவன் தலைவியினால் அணங்குற்றான் (ஐங். 58). பிறருக்கு அணங்காகத் தெரியும் அழகிய இளைய முலையுடையவள் விறலி (பொரு. 35, 36). தலைவன் பொருள்வயின் பிரிவை மேற்கொள்ள இருந்த நிலையில் பிரிவுணர்ந்த தலைவி தன் சுணங்கு சூழ்ந்த மார்பில் அணங்காக உருவம் கொண்டு எழுந்து நன்கு பருத்து இருந்த இளமுலை நனைய அழுதனள் (அகம். 161). அணங்குடைய வன முலையை உடையவள் தலைவி (அகம். 177). புன்கின் தளிரைத் தலைவியின் சுணங்கணி வனமுலையில் அணங்கு வீற்றிருக்குமாறு தலைவன் சூடினான் (நற். 9). எயினரின் தங்கையாகிய தலைவியின் முலையிலுள்ள சுணங்கை அவள் சுணங்கென நினைக்கத் தலைவனின் நெஞ்சம் அணங்கென நினைத்தது (ஐங். 36). தலைவியின் முலையில் உள்ள சுணங்கைத் தலைவனின் நெஞ்சம் வருத்தும் தெய்வமாகக் கருதும் (ஐங். 363). சுணங்கு வளர் இளைய முலைகளை உடைய

மடந்தைக்கு அணங்கு வளர்த்து அகலற்க என்று தோழி தலைவனை வேண்டினாள் (ஐங். 148).

சங்க இலக்கியப் பதிவுகளில் அணங்கு பற்றிய குறிப்புகள் பெண் உடலைச் சார்ந்தே பெரிதும் புனைவு பெற்றுள்ளமையை அறிய முடிகின்றது. பெண்ணின் ஆற்றல் அணங்காற்றல் என்ற புரிதல் ஒருபுறம் நிற்கப் பெண்ணின் இடையில், தோளில், முலைகளில் அணங்கு உறைந்திருந்ததாகவும் வீற்றிருந்ததாகவும் சங்கப் பாடல்களில் செய்திகள் இடம் பெற்றுள்ளன. இவ்வுறுப்பு களுள் 'முலை' என்பது புராதனச் சமூக அமைப்பில் மிக ஆற்றல் உடைய 'வளமைக்' கருத்தியல் சார்ந்த உறுப்பாகவும் கருதப்பெற்றது. முலையின் ஆற்றல் என்பது அணங்கின் ஆற்றல் என்பதாகச் சங்க இலக்கியங்களும் பதிவு செய்துள்ளன.

தாய்த் தெய்வ வழிபாட்டில் தாயின் ஒருமார்பு என்பது செழுமை, வளமை என்பதைக் குறிக்கும். மற்றொன்று 'உணவு' என்பதைக் குறிக்கும். கேரளத்தில் களமெழுத்து வழிபாட்டில் தாய்த் தெய்வத்தின் உருவமானது பல நிறப் பொடிகளால் வரையப்பட்டுள்ளது. மார்புப் பகுதியில் மட்டும் சிரட்டையில் வைத்து அவிக்கப் பெற்ற அரிசிப்புட்டை வைக்கின்றனர். தாய்த் தெய்வத்தின் மார்பகங்கள் உணவு, செழிப்பு என்பனவற்றை உணர்த்துகின்றன என்பதற்கு இது ஒரு சான்று. கண்ணகி இடமுலையைத் திருகி எறிந்தது என்பது பாண்டிய நாட்டைப் பஞ்சம் தாக்கும் என்பதன் குறியீடாக ஆக்கப்பட்டுள்ளது (டாக்டர் பீ. நசீம்தீன். 2009).

முலை அணங்கு: எதிரியை அழித்தல்

ஆகப் புராதனச் சமூக இனங்களில் பெண்கள் முலை அறுப்பு என்பது 'ஒன்றினை அழிக்கும் நோக்கில்' நிகழ்த்தப் பட்டிருக்க வேண்டும் என்பதாக அறிய முடிகின்றது. புனிதத் தன்மை மிக்கதும் அழிக்கும் ஆற்றல் உள்ளதும் அணங்கு சக்தி கொண்டதும் நெருப்பு, மழை, காற்று முதலியவற்றை ஏவல் கொள்ளும் ஆற்றல் உள்ளதும் போர் மறவர்க்கு எதிரி களால் வெல்ல முடியாத மறத்தை வழங்குவதும், உயிர்களை, இனத்தை ஆக்குவதும் வளப்படுத்துவதும் முதலான பல்வேறு பண்புகளைக் கொண்ட உறுப்பாகப் பெண்களின் முலை திகழ்ந்திருக்க வேண்டும். ஆற்றல் மிக்க அவ்வுறுப்பையே அசாதாரணச் சூழலில் எதிரிகளை அழிக்க மறக்குடிப் பெண்கள் அறுத்து எறிந்திருக்க வேண்டும். இந்தக் கருத்து விளக்கமே கண்ணகி முலையறுப்பு நிகழ்வுக்குப் பொருத்தமானதாக இருக்க முடியும். தாய்வழிச் சமூக அமைப்பில் நிலவி இருந்த

இம்மரபு, தந்தைவழிச் சமூக அமைப்பில் 'அதன் எச்சம்' எனும் நிலையில் கண்ணகி முலையறுப்பை இளங்கோவடிகள் பதிவு செய்திருத்தல் வேண்டும். இவ்வாறான புராதன சமூக மரபினை அறியாத நிலையில்தான் வரலாற்றாசிரியர்கள் அமேசான் போராளிப் பெண்களின் முலையறுப்பைப் புரிந்து கொள்ள முடியாமல் குழம்பி இருக்க வேண்டும். உலகத்தின் பல இடங்களிலும் முலையறுப்பு நிகழ்ந்திருந்தாலும் கூட அதற்கான காரணங்களும் தமிழ்ச்சமூக மரபில்தான் பதிவாகி உள்ளன என்பதையும் அறிய முடிகின்றது. ஆகத் தமிழ்ப் பண்பாட்டில் ஒரு பெண்ணின் முலையில் உறைந்திருந்த 'அணங்காற்றல்' அதனை அறுத்து எறிந்ததின் வழியே எதிரியை அழிக்கும் ஆற்றலாக மாறி உள்ளது என்பதையும் அறிய முடிகின்றது. எனவே கண்ணகி தொன்ம உருவாக்கம் என்பது பண்டைத் தமிழ்ப்பண்பாட்டு மரபு சார்ந்து நிகழ்த்தப்பட்டுள்ளது என்பதும், தாய்வழிச் சமூக அமைப்பின் மரபான முலையாற்றல் முதலியனவே கண்ணகி தொன்மத்தின் அடிப்படைகளாக ஆகி இருக்க வேண்டும் என்பதும் தெரிய வருகின்றன.

இதனால் கண்ணகி தொன்மம் தமிழ் மண்ணிற்கு உரியது என்பது உறுதியாகின்றது.

VI

கண்ணகி மழை ஆற்றல்

பெண்: மழையை ஏவல் கொள்ளுதல்

கண்ணகியின் மழைதரும் ஆற்றல் பற்றிய செய்திகளைச் சிலப்பதிகாரம் பல்வேறு நிலைகளில் பதிவு செய்துள்ளதை அறிய முடிகின்றது. மழை தரும் ஆற்றலை ஒரு பெண் பத்தினித் தன்மைமூலம் பெறமுடியும் என்பது தமிழ்ப்பண்பாட்டில் நிலவிய ஒரு நம்பிக்கை ஆகும். கணவனைத் தெய்வமாக வணங்குவதன் மூலம் மழைதரும் ஆற்றலை ஒரு பெண் பெறமுடியும் என்பதைத் திருவள்ளுவரும்

தெய்வம் தொழாஅள் கொழுநன் தொழுதெழுவாள்
பெய்யெனப் பெய்யும் மழை

(குறள். 65)

என்று கூறக் காணலாம். சிலப்பதிகாரத்தில் மழையையும் பெண்களின் கற்புநிலையையும் இணைத்துப்பேசும் பகுதிகள் நிரம்ப உண்டு.

வானம் பொய்யாது வளம்பிழைப்பு அறியாது
நீணில வேந்தர் கொற்றம் சிதையாது
பத்தினிப் பெண்டிர் இருந்த நாடு

(சிலம்பு. 15: 145–147)

எனவரும் பாடலடிகள் பத்தினிப்பெண்டிர்

இருக்கும் நாட்டில் வானம் பொய்யாது, வளம் குன்றாது, வேந்தரது கொற்றமும் சிதையாது என விளக்கியுள்ளன. மணிமேகலை யில் (22:93) கந்திற்பாவையானது விசாகையைப் பற்றி மாநகர மக்களிடம் கூறும்போது 'மாநகர் உள்ளீர் மழை தரும் இவள்' எனச் சுட்டியுள்ளது. கொங்கவிழ் கூந்தலை உடைய பத்தினிப் பெண்டிர் கற்புக் குறைபடின் நாடு வறங்கூரும் (மேகலை. 28: 189 – 191) என்று மணிமேகலை விளக்கக் காணலாம்.

மண்டிணி ஞாலத்து மழைவளம் தரூஉம்
பெண்டி ராயின் பிறர்நெஞ்சு புகாஅர்

(மேகலை. 22: 45,46)

எனும் பாடலடிகள் உலகில் மழைவளம் தரும் பத்தினிப் பெண்கள் பிறர் நெஞ்சு புகாத தன்மையை உடையவர் என்பதைக் கூறியுள்ளன. வான் தரும் கற்புடையவர் (மேகலை. 22:54) பொழிமழை தரும் பத்தினியர் (மேகலை. 16:49,50) முதலான பாடலடிகள் கற்புடை மகளிர் மழை தரும் ஆற்றல் உள்ளவர்கள் என்பதை விவரித்துள்ளன. கற்பு குறைபடின் மழை ஆற்றல் நீங்கும் என்றும் எனவே கற்பிற்குக் கேடு வராதவாறு கணவனை வணங்கி மழை ஆற்றலை வளப்படுத்துதல் வேண்டும் என்றும் மணிமேகலை விவரிக்கும்.

கடவுள் பேணல் கடவியை ஆகலின்
மடவரல் ஏவல் மழையும் பெய்யாது
நிறையுடைப் பெண்டிர் தம்மைப் போலப்
பிறர்நெஞ்சு சுடூஉம் பெற்றியு மில்லை
ஆங்கவை ஒழிகுவை ஆயின் ஆயிழை
ஓங்கிரு வானத்து மழையும் நின் மொழியது

(மேகலை. 22:62–67)

இப்பாடலடிகள் தரும் விவரங்கள் வருமாறு: கணவனே அன்றிப் பிற தெய்வங்களை வணங்குவார் தலைக்கற்பினின்றும் இழிந்தவர் ஆவார். இவர்தம் ஏவலுக்கு மழை அடிபணியாது. இதேபோல் மருதி என்பாள் கணவனைத் தொழாது மெய்ப்பொருளோடு சேராத பிற பொய்யுரைகளையும் வெற்றுரைகளையும் பிறர் சொல்லக் கேட்டுப் பிற கடவுளரை வழிபடத் தொடங்கினாள். எனவே அவள் ஏவலுக்கு மழை கட்டுப்படவில்லை. மேலும் பிறர் நெஞ்சினைச் சுடும் தன்மையையும் பெற்றிருக்கவில்லை. எனவே இவற்றை எல்லாம் ஒழித்துக் கணவனை வணங்கினால் வானத்து மழையும் கட்டுப்படும் என்ற கருத்தை மேல் பாடலடிகள் விளக்கி உள்ளன. கண்ணகி போலும் கற்புடைப்

பெண்கள் கூறினால் பெய்யும் மழையானது அவள் சீறினால் பெய்யாமல் பொய்த்துப் போகும். இவ்வாறான நம்பிக்கையும் நிலவியுள்ளமையை அறிய முடிகின்றது. கண்ணகி சினத்தின் காரணமாகப் பாண்டியநாடு மழை பொய்த்துப் போக நிலம் வறண்டது. இதனைச் சிலப்பதிகாரத்து உரைபெறு கட்டுரைப் பகுதி விவரிக்கும்.

அன்று தொட்டுப் பாண்டியனாடு மழைவறம் கூர்ந்து வறுமை யெய்தி வெப்பு நோயும் குருவும் தொடரக் கொற்கையிலிருந்து வெற்றி வேற்செழியன் நங்கைக்குப் பொற் கொல்லர் ஆயிரவரைக் கொன்று களவேள்வியால் விழவொடு சாந்திசெய்ய நாடு மலிய மழைபெய்து நோயும் துன்பமும் நீங்கியது அது கேட்டுக் கொங்கிளம் கோசர் தங்கள் நாட்டகத்து நங்கைக்கு விழவொடு சாந்தி செய்ய மழைத் தொழில் என்றும் மாறாதாயிற்று அது கேட்டுக் கடல்சூழ் இலங்கைக் கயவாகு என்பான் நங்கைக்கு நாட்பலி பீடிகைக் கோட்ட முந்துறுத் தாங்கு அரந்தை கெடுத்து வரந்தரும் இவளென ஆடித்திங்கள் அகவையின் ஆங்கோர் பாடி விடக்கோள் பன்முறை யெடுப்ப மழை வீற்றிருந்து வளம்பல பெருகிப் பிழையா விளையுள் நாடு ஆயிற்று   (சிலம்பு. உரைபெறு)

கண்ணகி சீற்றத்தால் பாண்டிநாட்டை அழித்த பின்னர் அந்நாடு மழையின்றிப் பாலையாக நோயும் பிறவும் வாட்டின. இதனை அறிந்த கொற்கைச் செழியன் கண்ணகியின் சினத்தைத் தணிக்கப் பொற்கொல்லர் ஆயிரம் பேரைப் பலியிட்டுச் சாந்தி செய்யப் பாண்டிய நாட்டில் மழை பெய்தது. இதனைக் கேட்ட கோசர்களும் இலங்கைக் கயவாகு வேந்தனும் தத்தமது நாட்டில் கண்ணகிக்கு விழா எடுத்துச் சாந்தி செய்திட நாட்டில் மழைவளம் குன்றாமல் விளையுளும் பெருகி உள்ளது. இவ்வாறான உரைபெறுகட்டுரையின் குறிப்பு கண்ணகியின் மழை தரும் ஆற்றலை விவரிப்பதோடு அவள் சினந்தால் மழை பொய்த்துப் போகும் என்பதையும் விளக்கி உள்ளது.

'கண்ணகிக்கும் கண்ணகி போன்ற கற்புடை மகளிருக்கும் மழை தரும் ஆற்றல் அவர்தம் கணவரை வழிபடுவதன் மூலம் வந்தது' எனும் கருத்துநிலை பிற்காலத்தது ஆகும். ஆண்வழித் தலைமைச் சமூகத்தில் ஆண் அரசியல் சார்ந்த ஆண் மொழிப் புனைவாக இதனைக் கருதுதல் வேண்டும். ஏற்கெனவே பெண்களிடம் இருந்த இயற்கையைக் கட்டுப்படுத்தும் ஆற்றலை ஆண்வழிச் சமூகம் தமக்கு ஏற்பத் தகவமைத்துக் கொண்டுள்ளது.

சிலம்பு நா. செல்வராசு

ஆயின் மழை தரும் ஆற்றல் என்பது தாய்வழிச் சமூகத்தில் வழக்கில் இருந்த ஒரு நம்பிக்கை ஆகும். புராதனத் தமிழ்ச் சமூக அமைப்பில் இவ்வாறான நம்பிக்கை இருந்தமைக்குப் பல சான்றுகள் உள்ளன. பொது நிலையில் பண்டைக்கால உலக மக்கள் இனங்களில் இவ்வாறான நம்பிக்கைகள் பரவலாக உள்ளமையை அறிய முடிகின்றது. கண்ணகி மழைதரும் ஆற்றல் என்பது புராதனத் தாய்வழிச் சமூகத்தில் வழக்கில் இருந்த ஒரு நம்பிக்கை ஆகும். இதனைப் பின்வருமாறு புரிந்து கொள்ளலாம்.

கண்ணகி மழை ஆற்றல்: தாய்ச் சமூக மரபு

கண்ணகியின் மழைதரும் ஆற்றல் என்பது தாய்வழிச் சமூக மரபின் எச்சமாகவும் தொடர்ச்சியாகவும் சிலப்பதி காரத்துள் இடம் பெற்றுள்ளமையை உணர்தல் வேண்டும். தாய்வழிச் சமூக அமைப்பில் தீயையும் மழையையும் காற்றையும் தம் ஏவலுக்கு உட்படுத்தும் ஆற்றல் பெண்ணுக்கு இருந்ததாக நம்பப்பெற்றது. இந்த ஆற்றல் புனிதத்தன்மை மிக்கதாகவும் தெய்வீகப் பண்பு உடையதாகவும் கருதப்பெற்றது. ஒன்றினை ஆக்குவதற்கும் அல்லது அழிப்பதற்கும் இந்த ஆற்றல் பயன் பட்டதோடு இந்த ஆற்றலைப் பெறுவதற்கும் தக்கவைத்துக் கொள்வதற்குமான மந்திரச் சடங்குமுறைகள் மேற்கொள்ளப் பெற்றுள்ளன. இவற்றை விளக்குவதன் மூலம் கண்ணகி மழை தரும் ஆற்றல் பற்றிய புராதன மரபுகளைப் புரிந்துகொள்ள முடியும். இதனை இனிவரும் பகுதி விவரிக்கும்.

பியூப்லோ – சூனி இன மக்களின் மழை ஆற்றல்

பழங்குடி மக்களின் பண்பாடுகளை ஆராய்வதன் மூலம் புராதனச் சமூகத்தின் மரபுகளை மீட்டுருவாக்கம் செய்ய ஆராய்ச்சியாளர்கள் முயன்று வருகின்றனர். பெண்களின் மழை தரும் ஆற்றல் என்பது இன்றும் உலகப் பழங்குடி இனப் பண்பாடுகளில் எச்சங்களாகவோ வேற்று உருக் கொண்டோ வெளிப்படுவதை அறிய முடியும். இவ்வாறான பழங்குடிகளுள் ஒன்றே பியூப்லோ – சூனி இனம் ஆகும். இந்தப் பழங்குடி மக்கள் அமெரிக்காவின் மத்தியப்பகுதியில் வாழ்ந்து வருகின்றனர். இவர்களின் வரலாறு கணக்கிட்டுச் சொல்ல முடியாத அளவிற்குப் பழமை வாய்ந்தது என மானுடவியல் அறிஞர் கருதுவர்.

நியூ மெக்ஸிகோவிலுள்ள பியூப்லோ மக்கள் மிகப் பழங்காலத்திலேயே நாகரிக உச்சநிலையை அடைந்து பின்பு

மறையத் தொடங்கிய நாகரிகத்தைக் கொண்டிருந்தனர் எனவும் பியூப்லோ மக்கள் நாகரிகம் வீழ்ச்சி அடைந்தமைக்கு நவாஜோ அப்பாச்சிக் குடிகள் (*Navajo Apache*) இவர்களது நீர் வரத்தை வெட்டிவிட்டதே காரணம் என்றும் ஆராய்ச்சியாளர்கள் கருதுகின்றனர். நியூமெக்ஸிகோவில் இப்பொழுது வாழ்ந்து வரும் பகுதிகளுக்கு மேற்கே சூனி (*Zuni*) அகோமா (*Acoma*) ஹோபி (*Hopi*) முதலிய பியூப்லோக்கள் வாழ்ந்து வருவதாகவும் ஆராய்ச்சியாளர்கள் கருதுவர். இவர்கள் வாழ்வியலை மிக விரிவாக ஆராயும் ரூத் பெனிடிக் (*Ruth Benedict*) மழை ஆற்றலைப் பெறுவதற்கு இவர்கள் மேற்கொள்ளும் சடங்கு முறைகளை விளக்கி உள்ளார்.

பியூப்லோ மக்களின் பல்வேறு நடனங்களைப் பற்றி விரிவாக ஆராயும் டி.எச். லாரென்ஸ் (*D.H. Lawrence*) இவர்களின் புகழ் பெற்ற வளமைச் சடங்கு சார்ந்த மழை நடனத்தை விளக்கிச் சென்றுள்ளார். பியூப்லோ மக்கள் பறவைகளின் நடையைப் போல மெதுவாகவும் ஆனால் அழுத்தமாகவும் கால்களை ஊன்றி ஆடிக்கொண்டே ஒன்றாக இணைந்து பாடுகிறார்கள். முளை விடும் பயிரை நிலத்தினின்று வெளிக் கொணரவும் மாலை வேளைகளில் மழைக்கான மேகங்களை விண்ணிலே ஒன்று சேர்ப்பதற்கும் இந்நடனங்கள் ஆடப்படுகின்றன. மேகங்களின் கூட்டம் விண்ணிலே காணப்படில் அது அவர்தம் சடங்குகளை ஏற்றுக் கொண்ட இயற்கைக்கு அப்பாற்பட்ட சக்திகளின் ஆசிகளாகக் கொள்ளப்பெறுகின்றது. மழையே வந்து விட்டால் அது நடனத்தின், சடங்கின் சக்தியே என்றும் நம்புகின்றனர். மழைதான் அவர்கள் தேடுகின்ற விடை. சூனி மக்களின் பயிர் வளர்ச்சிக்கு மழை மிக அவசியம் ஆகும். மழை பெய்வதை வைத்து தான் பூசாரிகளின் தவம், முகமூடிக் கடவுளரின் நடனங்கள் முதலியன மதிப்பீடு செய்யப்படுகின்றன. நீரைக் கொண்டு ஆசி அளிப்பதுதான் எல்லா ஆசிகளிலும் மேலானது என்று நம்பப்படுகின்றது. இவ்வாறு ஆசி அளிக்கும் கடவுள்கள் சூனி மக்களின் அறைகளுக்கு வரும்போது அவர்தம் அறைகளை 'நீர் நிறைந்தவை' என்றும் ஏணிகளை 'நீர் ஏணிகள்' என்றும் அழைப்பர். இறந்தவர்கள் மழை மேகமாக வந்து ஆசி அளிப்பதாக நம்புகின்றனர். கரு மேகங்கள் விண்ணில் தோன்றும்போது சூனி மக்கள் தம் குழந்தைகளிடம் 'உங்கள் மூதாதையர் வருகின்றார்' என்று கூறுகின்றனர். முகமூடிக் கடவுள்களையும் மழைக் கடவுள் என்றே கூறுவர். முகமூடிக் கடவுளுக்காக முகமூடி அணிந்து நடனம் ஆடும்போது தங்களை மழையாகக் கருதி மக்கள்மேல் அம்மழை பொழிய வேண்டும் என்ற கருத்துக்கேற்ப ஆடுவார்கள். பூசாரிகள் மழையை வேண்டித்

தம் பீடங்களின் முன் அசையாமல் எட்டு நாட்கள் அமர்ந்திருந்து தவம் செய்வர். சூனி மக்களின் மழைப் பாடல் ஒன்று பின் வருமாறு பாடப்படுகின்றது.

எங்கே நீ நிரந்தரமாகத் தங்கி இருந்தாலும்
உன் பாதையை எங்கள் பக்கம் திருப்புவாயாக
நீர் நிறைந்த கருமேகங்களுடனும்
கொண்டல்களின் திரிபுகளுடனும் எங்களிடம்
தங்க அனுப்பி விடுவாயாக
முதலிலே தோன்றிய எங்கள் தந்தைகளும்
தாய்களும் வசிக்கும் இந்த இதிவானா
என்ற இடத்திற்கு உன்னுடைய நீரை
நிலத்தை நனைக்கும்படி அனுப்புவாயாக
நீர் நிறைந்த நீ சேர்ந்து வருவாயாக

(இதிவானா = சடங்குப்பெயர்)

சூனி மக்களின் பூசாரிகள் மழைக்காகத் தவம் இருக்கும் போது சிறிய கற்களைத் தரையிலே உருட்டி இடி முழக்கத்தையும் நீரைத் தெளித்து மழையையும் செய்து காட்டுவர். ஒரு மேடையின் மீது ஒரு பாத்திரத்தில் நீரை நிரப்பி வைத்துத் தங்கள் நீர் ஊற்றுகளும் நீர் நிரம்பி இருக்க வேண்டும் என்று வேண்டிக்கொள்கின்றனர். செடிகளின் காய்களை அடித்து அதுபோல் விண்ணில் கருமேகங்கள் சூழ வேண்டும் என்றும் கடவுள்கள் தங்கள் நீராவி மூச்சை நிறுத்திவிடாமல் இருக்கப் புகையிலையின் புகையை ஊதியும் வழிபட்டனர். பெரிய பூசாரிகள் எட்டு நாட்களும் மற்றவர்கள் நான்கு நாட்களும் தவம் இருக்க வேண்டும். இந்த நாட்களில் மழை வரும் என்று சூனி மக்கள் எதிர்பார்க்கின்றனர். அப்படி மழை வந்து விட்டால் எந்தப் பூசாரி செய்யும் தவத்தின்போது மழை வந்ததோ அவர் தவம் முடிந்தவுடன் அவரைப் போற்றிப் புகழ்வர். பியூப்லோ மக்களின் இன்னொரு பிரிவான ஹோபி மக்கள் சிறிய கறுப்பு உருளைகளையும் நாணலினாலான வட்டமான சக்கரங்களையும் ஆண் குறியீடாகவும் பெண் குறியீடாகவும் கொண்டு அவற்றை ஒன்றாகப் பிணைத்து நீரூற்றுகளில் போடுகின்றனர். இவ்வினத்துப் புல்லாங்குழல் கூட்டத்துச் சிறுவன் மழையைக் கொண்டு வருவதற்காக இரு பெண்களுடன் வருவான். சிறுவனுக்கு ஓர் உருளையும் பெண்களுக்கு நாணல் வளையத்தையும் கொடுக்கிறார்கள். இச்சடங்கின் இறுதி நாளன்று இக்குழந்தைகள் பூசாரிகளோடு சேர்ந்து நீரூற்றுக்குச் செல்வர். அந்த ஊற்றின் அடியில் இருந்து வளமான சேற்றை எடுத்துப் பூசுவர். பிறகு ஊர்வலம் பியூப்லோவை நோக்கித் திரும்பும். வழியில் தொழுகை

மேடையில் வரைவது போன்று நான்கு கோலங்கள் வரையப் பெறுகின்றன. இந்தக் கோலங்கள்மீது உருளையும் வளையங்களும் போடப்படுகின்றன.

பியூப்லோ இன மக்கள் மழையை ஏவல் கொள்வதற்குப் பல்வேறு நிலைகளில் நம்பிக்கை சார்ந்த செயற்பாடுகளை மேற்கொண்டமையை மேற் செய்திகள் தெளிவுப்படுத்தின. மழை நடனம், மழைத் தவம், மழை வழிபாடு, மழைச் சடங்குகள் என நீண்டு செல்வதை உணர முடியும். இந்த இனமக்களே அன்றிப் பழைய நாகரிக மக்கள் இனங்கள் யாவற்றிலும் இவ்வாறான சடங்குகள் இருந்துள்ளமையை ஆராய்ச்சியாளர்கள் வெளிப்படுத்தியுள்ளதை அறிய முடிகின்றது.

தமிழ்ப் பண்பாட்டு மரபில் மழையை ஏவல் கொள்ளுதல்

தமிழ்ப் பண்பாட்டு மரபில் பண்டைக்காலம் தொடங்கிப் பெண்களுக்கு மழைதரும் ஆற்றல் உண்டு என்ற நம்பிக்கை நிலவி வந்துள்ளமையைப் பல்வேறு சான்றுகள் வழி நிறுவ முடியும். சிலப்பதிகாரம் மணிமேகலை அன்றிச் சங்க காலத்திலும் சங்கம் மருவிய காலத்திலும் இந்த நம்பிக்கை வழக்கில் இருந்தமையை இலக்கியங்கள் பதிவு செய்துள்ளன. வையத்தில் வறட்சி மிகும்போது பெண்கள் மழையைப் பெய்விப்பர் என்று கலித்தொகை (16) விவரித்துள்ளது. "அருமழை தரல் வேண்டின் தருகிற்கும் பெருமை உடையவள்" பெண் என்பதனால் அவள் வாழும் மலையில் வள்ளிக் கிழங்கு வளம் பெற்றது; மலை உச்சியில் தேன் விளைந்தது; தினைகளும் விளைந்தன. அவள் மழை தரும் ஆற்றலைப் பெற்ற கற்புடைப் பெண்ணாக இருந்தமையால் அவள் தமையர் தம் வேட்டைத் தொழில் பிழையாது செய் நேர்த்தி உடையரானார் (கலி. 39). கொழுநன் ஆகிய கணவன் வழியே மனைவி நடப்பது திங்கள் மும்மாரியைப் பெய்விக்கும் என்று திரிகடுகம் கூறும் (96). இவ்வாறான சான்றுகள் பலவாகத் தமிழ் இலக்கியங்களில் பதிவாகி உள்ளமையை அறிய முடியும்.

பெண்ணின் மழைதரும் இந்த ஆற்றல் என்பது புராதனச் சமூகத்து வழக்காறு ஆகும். வேண்டும்போது மழையை வருவிக்கவும் தேவை இல்லாதபோது மழையை நீக்கவும் என்பதான ஒரு நம்பிக்கை தாய்வழிச் சமூக அமைப்பில் நிலவி இருந்தது. இந்த ஆற்றல் பெண்களிடம் குடி கொண் டிருந்தது. ஆதியில் வளமைச் சடங்குகள் பெண்களாலேயே நிகழ்த்தப்பட்டன. சடங்குகளை நிகழ்த்துவதற்குப் பெண்களே தலைமை தாங்கினர். இந்த வகையில் மழையை ஏவல் கொள்வதற் கான பல்வேறு சடங்குகளும் பெண்களாலேயே நிகழ்த்தப் பட்டன (சிலம்பு நா.செல்வராசு. 2002).

பெண்களுக்குரிய மழை தரும் ஆற்றலைப் பெற்றிட அவர்கள் நிகழ்த்திய பல்வேறு சடங்குகளைத் தமிழ்ப்பண்பாட்டிலும் இந்திய நிலப்பரப்பிலும் கண்டுகொள்ள முடியும். லக்னோவிற்கு அருகில் உள்ள பைர் அக்பர்பூர் எனும் ஊரில் மழையை வேண்டி எழுபத்தைந்து பெண்கள் தங்கள் ஆடைகளைக் களைந்துவிட்டு நிர்வாணமாக நிலத்தை உழுதனர். இச்சடங்கு வெள்ளிக்கிழமை இரவு நேரங்களில் செய்யப்பட்டதாகவும் இச்சடங்கில் பங்குபெற ஆண்கள் அனுமதிக்கப்படுவதில்லை எனவும் கூறப்படுகின்றது. இது போன்றதொரு நிகழ்வு குஜராத் மாநிலத்தில் நடைபெற்றதாக 1936ஆம் ஆண்டுக் குறிப்பு ஒன்றும் காணப்படுகின்றது. தென் தமிழக மாவட்டங்களில் மழை வேண்டி மழைச் சோறு எனும் சடங்கு நடத்தப்படுகின்றது. பருவப் பெண்களும் சிறுமியரும் ஒன்றுசேர்ந்து ஊரின் மூன்று இடங்களில் கோலம் வரைகின்றனர். பின்பு வீடுவீடாகச் சென்று ஒரு பாத்திரத்தில் பிச்சையாகச்சோறு வாங்கி வருகின்றனர். அச்சோற்றை அனைவரும் பகிர்ந்துண்ணுவர். பின்பு கோலம் இட்ட இடத்தைச் சுற்றி நின்று ஒப்பாரி வைப்பர். ஒப்பாரியில் மழை வேண்டும் பாடல்கள் இடம் பெறும் (வின்செண்ட் பிரிட்டோ. 1991). சேலம் மாவட்டம் ஆத்தூருக்கு அருகே உள்ள பேளூரில் மழை வேண்டி நடைபெறும் சடங்கு கவனத்திற்குரியது. மழை வேண்டிக் கன்னியரும் குழந்தைப்பேறு வாய்க்கப் பெற்ற முதுமகளிருமாக எழுவர் சேர்ந்து நிர்வாணக் கோலத்தில் வட்டமாக நின்று நடனம் ஆடுவர். நடனம் ஆடும்போது மழை வேண்டும் பாடல்கள் பாடப்படுகின்றன (க.கிருட்டினசாமி. 1981). நாட்டுப்புறப் பெண் தெய்வங்களை நோக்கிப் பெண்களால் நடத்தப்படும் சடங்கு முளைப்பாரி ஆகும். பாவனை நடனத்தின் மூலம் மானுடச் செழிப்பைத் தூண்டும் செழிப்புச் சடங்காக முளைப்பாரிச் சடங்கு அமைந்துள்ளது (ஆ.சிவசுப்பிரமணியன், 1988). முளைப்பாரிச் சடங்கின் தொடக்க நாளன்று அதில் பங்குபெறும் பெண்கள் நீராடிவிட்டு ஈரச் சேலையுடன் வந்து கும்மி அடிப்பர். அப்போது அவர்கள் பாடுவதான பாடல் குறிப்பிடத்தக்கது.

ஊசி போல் மின்னல் மின்னி
உறிகள் போலக் காலூணிப்
பாசி போலப் படர்ந்த மேகம்
பல பலன்னு விழுந்திடுதே
இடி இடிய மழை பேஞ்சு
இரு கரையும் பெருகி வரப்
பெருகி வந்த சிறந்தனிலே
பெண்க ளெல்லாம் நீராடி

நீராடி நிறங் குளிர்ந்து
நீல வர்ணப் பட்டுணர்த்திப்
பட்ட உணர்த் துடுத்திப்
பதறக் கும்மி யடிங்களம்மா
சீல உணர்த் துடுத்திச்
சிதறக் கும்மி யடிங்களம்மா

இப்பாடல் ஒரு வகையான மழை வேண்டும் பாவனைச் சடங்கினை வெளிப்படுத்துவதாக உள்ளது. மழையில் நனைந்தது போல ஈரச் சேலையுடன் நின்றுகொண்டு மழை பெய்ததாகவும் ஆற்றில் வெள்ளம் வந்ததாகவும் அதில் நீராடிவிட்டு வந்து நிற்பதாகவும் ஒரு கற்பனை நிகழ்த்துமுறை இங்கே உருவாக்கப் படுகின்றது. இக்கருத்தமைந்த பாடலைப் பாடியவாறு அனைவரும் வளைக் கரங்கள் தாமொலிக்கக் கைக்கொட்டுவது இடியோசை போல அமைகின்றது. இந்த வகையில் முளைப் பாரியின் தொடக்கமானது மழை வேண்டும் பாவனை நடனமாக அமைவதை அறிஞர்கள் (ஆ. சிவசுப்பிரமணியன். 1988) விளக்கி உள்ளனர். தமிழ்ப் பண்பாட்டில் மழையை நிறுத்துவதற்குக் கொள்ளியேந்தும் சடங்கு நடைபெறுவது உண்டு. தமிழகத்தில் ஐப்பசி, கார்த்திகைத் திங்களில் அடைமழை பெய்வதுண்டு. பல நாட்களுக்குத் தொடர்ந்து இப்பருவ மழை பெய்யும். மழை மிகும்போது வெள்ளம் ஊரைச் சூழும். வெள்ளம் சூழ வேளாண்மை நாசமாகும். மக்கள் துயர் அடைவர். இதனைக் களைய மக்கள் சடங்கு ஒன்றை நிகழ்த்துவர். கன்னிமை காத்துவரும் இளம்பெண் ஒருத்திமூலம் மழையைக் கட்டுப் படுத்த முடியும் என்று மக்கள் நம்பினர். நள்ளிரவில் ஊர் அடங்கிய பிறகு கன்னிப் பெண் ஒருத்தி நிர்வாண நிலையில் கையில் கொள்ளிக் கட்டையை ஏந்தி ஊரை வலம் வருதல் வேண்டும். இதனைச் செய்வதன் மூலம் மழை கட்டுப்படும் என்று நம்பப் பெற்றது. மழை பெய்ய வேண்டிச் செய்யப் பெறும் கொடும்பாவி எரித்தல் எனும் நிகழ்வையும் இங்கே இணைத்து நோக்குதல் வேண்டும்.

சங்க காலத் திணைக்குடியினர் பண்பாட்டில் மழை வேண்டல்

குறிஞ்சி, முல்லை, மருதம், நெய்தல், பாலை ஆகிய திணைக் குடிமக்கள் இனக்குழுச் சமூக அமைப்பைப் பெற்றிருந்தனர். இனக்குழுச் சமூக அமைப்பு சடங்கிற்குப் பேரிடம் தந்துள்ளது. சடங்கே வாழ்க்கையாகவும் வாழ்க்கையே சடங்காகவும் அமைந்திருந்தது. அச்சடங்குகளே இனக்குழுவை

இயக்கியும் உள்ளன. இச்சடங்குகளுள் இயற்கையை ஏவல் கொள்ளும் சடங்குகளும் அடங்கும். தொன்மைச் சடங்குகள் பற்றிய முழு விவரத்தையும் சங்க இலக்கியங்கள் வழி அறிய முடியவில்லை. ஆயினும் சில கூறுகள் எச்சங்களாகப் பதிவாகி உள்ளதை அறிய முடிகின்றது. குறிஞ்சி நிலத்தினர் செய்த சடங்குகள், மருதம், நெய்தல் நில மக்கள் செய்த சடங்குகள் என மழைச் சடங்குகள் பற்றிய பதிவுகளைச் சங்க இலக்கியங்கள் கொண்டுள்ளன.

குன்றக் குறவன் ஆரவாரம் செய்ததால் மழை பெய்ததாக ஐங்குறுநூற்றுப் பாடல் கூறுகிறது. மழைக்காகச் செய்யப்பட்ட ஒரு மந்திரச் சடங்காகவே அது விளங்குகிறது. குறவன் மந்திரவாதியாகவும் குழுத் தலைவனாகவும் இருந்திருக்கலாம்.

குன்றக் குறவன் ஆர்ப்பின் எழிலி
நுண்பல் அழிதுளி பொழியும் நாட!

(ஐங். 251)

இப்பாடல், குன்றக் குறவன் ஆரவாரம் செய்ததால், மழை பெய்ததைக் குறிக்கிறது. இவ் ஆரவாரம் இடி முழக்கத்தை ஒத்ததாக இருந்திருக்கும். மனிதனது செயல், இயற்கையின் செயலைத் தூண்டும் என்ற மந்திரவாத நம்பிக்கையை இது உறுதிப்படுத்துகிறது. குழுவினர் இச்சடங்கில் கலந்து கொண்டதை, இப்பாடல் வெளிப்படையாகக் கூறவில்லை.

இனக்குழு மக்கள் அனைவரும் கலந்துகொண்டு மழைச் சடங்கு செய்ததைப் புறநானூற்றுப் பாடல் விளக்குகிறது. குறவர் அச்சடங்கின்போது, மழைபெய்ய மிகுந்த பலியைத் தூவினர், கடவுளைப் பேணினர். “மலையில் மழை பெய்க!” எனக் கட்டளை இட்டனர். மழை மிகப் பெய்தது. பின்னர் அதனை நிறுத்த, “மேகம் மேலே செல்க!” எனக் கட்டளை இட்டனர். மழை நின்றது. இவ்வாறு ஒன்றைச் செய்விக்கவும் நிறுத்தி வைக்கவும் கட்டளையிடல் மந்திரச் சடங்கின் சிறப்புத் தன்மையாகும். இவற்றை,

‘மலைவான் கொள்க!’ என உயிர் பலிதூஉய்
மாரியான்று ‘மழை மேக்குஉயர்க’ எனக்
கடவுட் பேணிய குறவர் மாக்கள்
பெயல்கண் மாறிய உவகையர்

(புறம். 143)

என்னும் புறநானூற்றுப் பாடலால் அறியலாம். கொற்கையில் மழைச் சடங்கு செய்யப்பட்டதை அகநானூற்றுப்

பாடல் குறிக்கின்றது. (அகம். 201) பழையர் மகளிர், பௌர்ணமியன்று, தழையாடை உடுத்திப் பனித்துறையை வழிபட்டனர். அத்துறையில் முத்தையும் வலம்புரியையும் சொரிந்து வழிபட்டனர். இங்கே பரவப்படுவது துறைதான். துறையே கடவுளாகக் கொள்ளப்பட்டது. இதுபோல முல்லை நிலத்தில் ஏறு தழுவுமுன் ஆயர் நீர்த்துறையைப் பரவுதலைக் காணலாம் (முல்லைக்கலி. 1:13).

ஆந்திராவில் ஒரு பகுதியில் இன்றும் மழை பெய்யத் தவளைகளைப் பிடித்து ஒரு கூடைக்குள் போட்டிருப்பர். பட்டினியால் அவை குரல் கொடுக்கும். அவற்றைக் கூடையுடன் எடுத்துக்கொண்டு சிலர் வீடு வீடாகச் சென்று அரிசி பெற்றுக் கொண்டு இறுதியில் தவளைகளை நீரில் விட்டுவிடுவர்.

மழை வருவதற்கு அறிகுறியாகத் தவளைகள் ஒலிப்பதை மனத்தில் எண்ணி, இவ்விரு நிகழ்ச்சிகளுக்கும் இடையே ஒரு தொடர்பைக் கற்பித்துக் கொண்டு அவ்வடிப்படையில் இம்மந்திரச் சடங்கு செய்யப்படுகிறது. இதுபோல மருதநில மக்கள் மழைக்காகச் செய்யும் சடங்கைப் பரிபாடல் கூறுகிறது (பரி.10:85 – 86). சங்கு, நண்டு, இறவு, வாளை போன்றவற்றைக் வையையில் இட்டனர். "விளைக! பொலிக!" எனக் கட்டளை இட்டனர். இவ்வாறு சங்கை நதியிலிடுதல் தொத்து மந்திரமாக (Contagious Magic) மழை வேண்டிச் செய்யப்பட்டது. தொடர்பு கொண்டிருந்த இரு பொருள்களிடையே நிரந்தரத் தொடர்பு இருக்கும் என்பது தொத்து மந்திரமாகும். நீரோடு நெடுநாள் தொடர்பு கொண்டிருந்த சங்கு, சிப்பி போன்ற பொருள்களுக்கு நீரை வரவழைக்கும் இயல்பு உண்டு என்ற நம்பிக்கையை இங்குக் காணலாம். இவற்றை ஆற்றில் இட்டால் ஆற்றில் நீர் பெருகும். ஆற்றில் நீரைப் பெருக்க மழை பெய்யும் என நம்பினர்.

நற்றிணைப் பாடல் கானவர் நம்பிக்கையையும் அவர்கள் வளத்தை விரும்பிச் செய்யும் சடங்கையும் கூறுகிறது. கானவன் காட்டுப் பசுவின் மீது அம்பு எய்தான். அம்பு குறி தவறிவிட்டது. உணவாக வேண்டிய விலங்கு தப்பி விட்டது. அதற்குக் காரணம் மலைத்தெய்வத்தின் கோபம் என அவன் நம்பினான். மழை பெய்தால் அம்மலைத் தெய்வத்தின் சினம் தணியும் என நினைத்தான். உடனே சுற்றத்தினரை அழைத்துக்கொண்டு விருப்பத்தோடு மலைமேல் ஏறிச் சென்றான். அங்குக் கடவுளைப் பேணி மகிழ்ந்தான்.

அமர்க்கண் ஆமான் அருநிறம் முள்காது
பணைத்த பகழிப் போக்கு நினைத்துக் கானவன்

> அணங்கொடு நின்றது 'மலைவான் கொள்க' எனக்
> கடவுள் ஓங்குவரை பேண்மார் வேட்டெழுந்து
> கிளையோடு மகிழுங் குன்றநாடன்

(நற். 165)

தெய்வத்தின் சினத்தைத் தணிக்கும் வழியாக மழையைக் கருதுவது சிந்திக்கத்தக்கது.

வரலாற்றுக்கு முற்பட்ட காலத்திய மந்திரச் சடங்குகள் பொதுவாகப், "போலச் செய்தலாகவே" அமைந்தன. ஐங்குறு நூற்றில் காணும் குன்றக்குறவன் ஆரவாரம் மழை பெய்தலைப் பாவனை செய்தலாக அமைந்தது. புறநானூறு கூறும் "உயிர்பலி தூவுதல்" நீர் அளாவுதலாக இருந்தது. நீர்சிந்துதல், நீரால் மந்திரவாதியை முழுக்காட்டுதல் ஆகிய மந்திரச் செயல்கள் ஆஸ்திரேலியப் பழங்குடி மக்களின் வழக்கங்கள் ஆகும் (கா. சுப்பிரமணியன். 1982).

பெண்ணுக்கான அதீத ஆற்றல் பற்றிய நம்பிக்கை புராதனத் தாய்வழிச் சமூகத்தில் தோற்றம் பெற்றிருக்க வேண்டும். மழையையும் காற்றையும் நெருப்பையும் நீரையும் கட்டுப்படுத்தும் ஆற்றல் பெண்களுக்கே உண்டு என்று நம்பப் பெற்றமைக்குப் பல்வேறு ஊகக் காரணிகள் மானுடவியலில் கூறப்பட்டுள்ளன. பெண்ணே செழிப்புக்கும் வளமைக்கும் காரணமாகத் திகழ்ந்தாள் என்ற நம்பிக்கை உலகம் முழுவதும் பரவலாகக் காணப் பெறுகின்றது. குழந்தைபெறுவதும் பால் ஊட்டுவதும் அதன் மூலம் குழந்தை வளர்வதும் இயற்கை நிகழ்வுகள் என்றாலும் அந்த ஆற்றல்கள் ஆண்களுக்கு இல்லாத நிலையில் பெண்கள் அத்தகு ஆற்றல்களால் தனித்துவம் பெற்று விளங்கினர். அதனாலேயே அவர்கள் புனித ஆற்றல்களை உடையவர்களாகக் கருதப்பெற்றனர். குழந்தைப்பேறு இயற்கை இகந்த ஆற்றல் களைப் பெண் பெற்றிருந்தாள் என்பதை நம்பிக்கையாகக் கொண்டிருந்தது. திங்கள்தொறும் பெண் மாதவிடாய்க் காலங்களில் குருதி சிந்துவதும் குருதி சிந்துவது நிற்கும்போது குழந்தை பிறப்பதும் ஆதிமனிதனுக்கு மருட்சியைத் தந்திருக்க வேண்டும். வேட்டையாடும்போது விலங்குகள் குருதி இழப்பால் மரணமடைவதைக் கண்ட மனிதன் குருதிதான் உயிர் என்று நம்பினான். அத்தகு குருதி பெண்ணிடம் இருந்து வெளியேறும் போது உயிர் வெளியேறலாக நம்பப்பட்டது. குருதி வெளியேறாத போது அது உயிராக, குழந்தையாக உருவானது. ஆக, உயிர்களைப் படைக்கும் ஆற்றலான குருதியை உருவாக்கும் சக்தி பெண்ணுக்கே இருப்பதாக நம்பப் பெற்றது. கொற்றவைக்குக்

கொடுக்கப் பெற்ற எண்ணற்ற குருதிப்பலிகளை இப்பின்னணி யில் புரிந்துகொள்ள முடியும். குருதிப்பலி அளிப்பது உயிர்ப்புச் சக்தியை மிகுதியாக்கும் என்ற நம்பிக்கை உருப்பெற்றது. ஆக, இத்தகு உயிர்ப்பு ஆற்றலாகிய குருதியைப் கொண்டிருப்பது பெண்ணே என்ற கருத்து உருவானபோது பெண் புனிதமிக்க வளாகத் தோற்றம் பெற்றாள். இவளே தலைவியாகவும் சமயச் சடங்குகளை மேற்கொள்பவளாகவும் வேட்டைத் தலைவி யாகவும் இன்னபிற செயல்களுக்குரியவளாகவும் மாறினாள். இத்தலைமைப் பண்பின் வழி மந்திர ஆற்றல்களைப் பெற்றிடக் கடும் முயற்சிகள் மேற்கொள்ளப் பெற்றமையை மானுடவியல் நூல்கள் பல விவரித்துள்ளன. இந்த மந்திர ஆற்றல்களைப் பெற்றிருக்கும் பெண் இயற்கையை ஏவல் கொள்ளும் தன்மையைக் கைவரப்பெற்றவள் எனவும் புராதன சமூக நம்பிக்கைகள் உருவாயின. இத்தகு நம்பிக்கை களின் வெளிப்பாடே பெண் மழையை ஏவல் கொள்வாள் என்பதும் தீயை ஏவல் கொள்வாள் என்பதுமாகப் புராதன சமூகத்தில் நிலைபெற்றது.

கண்ணகி மழையாற்றல்: தாய் வழியிலிருந்து தந்தை வழிக்கு

தாய்வழிச் சமூக அமைப்பில் பெண் சடங்கியல் சார்ந்த நிலையில் தலைமை எய்தி இருந்தாள். இயற்கையைக் கட்டுப் படுத்தவும் ஏவல் கொள்ளவுமான சடங்குகளை அவளே நிகழ்த்தி வந்தாள். அவளுடைய ஏவலுக்கு மழை முதலியன கட்டுப்பட்டு நின்றன. பெய் என்று கூறிட மழை பெய்தது. நில் என்று கூறிட மழை நின்றது. இதற்கான மந்திர ஆற்றல் மிக்க சடங்குகள் பெண்ணுடைய ஆளுமையில் இருந்தன. இத்தகு ஆற்றல் இருந்தமையால் பெண் புனிதம் மிக்கவளாகவும் ஆற்றல் மிக்கவளாகவும் திகழ்ந்தாள். இதன் எச்சங்களே இன்றைய காலக்கட்டத்தில் மழைச்சடங்குகளை நிகழ்த்தும் பெண்களின் செயல்களாக வெளிப்பட்டுள்ளமையை உணர முடிகின்றது.

இவ்வாறான மழையை ஏவல் கொள்ளும் ஆற்றல் முதலியன தந்தைவழிச் சமூக அமைப்பில் கற்போடு இணைக்கப் பெற்றமை ஆராய்ச்சிக்குரியது. மழையை ஏவல் கொள்ள வேண்டும் என்றால் அவள் கற்புடைப் பெண்ணாக இருத்தல் வேண்டும். கற்புடைப் பெண்ணாக ஒருத்தி விளங்க வேண்டும் என்றால் அவள் கணவனை மட்டுமே தெய்வமாகக் கருதி வழிபடுதல் வேண்டும். பிற தெய்வங்களை வழிபடுதல் கூடாது. இப்படியான கருத்தியல் வளர்ச்சி ஆண் தலைமைச் சமூக அமைப்பில் உருப்பெற்று நிலைபேறு அடைந்துள்ளது.

பெண்ணுக்கும் மழைக்குமான உறவு கற்போடு இணைக்கப் பெற்ற பின்னர்க் கற்புக்கேடு ஆற்றல் கேடாக நம்பப் பெற்றது. கற்பு அறம் பிறழ்ந்து நடக்கும் போது மழை வேண்டும் ஆற்றல் அழிவதாக நம்பப் பெற்றது. இது பெரும் நம்பிக்கையாகவும் போற்றப்பட்டது. கலித்தொகைப் பாடல் ஒன்றை *(39)* இங்குச் சுட்டுவதும் பொருத்தமானது.

காமர் கடும்புனல் எம்மொடு ஆடுவாள்
தாமரைக் கண்புதைத்து அஞ்சித் தளர்ந்து
அதனொடு ஒழுகலான்
நீணாக நறுந்தண்டார் தயங்கப் பாய்ந்து அருளினால்
பூணாகம் உறத்தழீஇப் போந்தான் அகனகலம்
வருமுலை புணர்ந்தன என்பதனால் என்தோழி
அருமழை தரல் வேண்டின் தருகிற்கும் பெருமையளே

(கலி. 39)

குறிஞ்சித் திணையில் அமைந்த இக்கலித்தொகைப் பாடல் தோழி அறத்தொடு நிற்கும் துறையில் அமைந்தது. தலைவி நீராடும்போது கால் தடுக்கிறது. வெள்ளத்தில் மூழ்குகிறாள். அதுபோது தலைமகன் சென்று அவளைத் தழுவி மீட்கிறான். அவ்வாறு தழுவ நேர்ந்தமையால் களவுக் காதல் தோன்றுகிறது. களவுக் காதல் கற்பாக வலுவடையவே தலைமகள் மழைதரும் ஆற்றல் உடையவள் ஆகிறாள். களவு நிகழ உறவினர் பதற்றம் அடைகின்றனர். என்றாலும் தவறு ஏதும் நிகழவில்லை. தலைவனைத் தழுவியதன் மூலம் கற்பு நெறி தோன்ற இவள் மழைதரும் பெருமை உடையவள் ஆகிறாள் என்று தோழி கூறுகிறாள். இப்பாடலின் தொடர்ச்சியாக வரும் சில பாடலடி களும் இங்குச் சுட்டத்தகுந்தவை.

காந்தள் கடிகமழும் கண்வாங்கு இருஞ்சிலம்பின்
வாங்கமை மென்தோட் குறவர்மட மகளிர்
தாம்பிழையார் கேள்வர்த் தொழுது எழலால்
தம்மையரும்
தாம் பிழையார் தாம் தொடுத்த கோல்

(கலி. 39)

குறவர் மடமகளிர் கணவனைத் தொழுது எழுவதால் மழை தரும் ஆற்றல் உடையவராயினர். இந்த ஆற்றல் பெற்றமையால் அப்பெண்ணின் தந்தை சகோதரன் ஆகியோரும் தத்தமது வேட்டையில் பெறும் வெற்றி தப்பாமல் வாய்த்தது. இப்பாடல் ஒரு பெண்ணின் தமையர் வேட்டையில் பெறும் வெற்றிக்குக் காரணம் அவள் மழைதரும் ஆற்றல் உடையவளாக இருத்தலே

என்பதை விளக்கி உள்ளது. இதன் தொடர்ச்சியாக ஒரு பெண்ணின் கற்பு நாட்டின் வளத்திற்கு அடிப்படை யானமையைச் சிலப்பதிகாரம் விவரிக்கக் காணலாம்.

> வானம் பொய்யாது வளம்பிழைப்பு அறியாது
> நீணில வேந்தர் கொற்றம் சிதையாது
> பத்தினிப் பெண்டிர் இருந்த நாடு

(சிலம்பு. அடை. 145–147)

பத்தினிப் பெண்கள் இருந்த நாட்டில் வானம் பொய்க்காமல் மழை பெய்யும், செல்வ வளமும் பெருகும். வேந்தர்களின் அரசாட்சி சிதையாமல் சிறந்தோங்கும் என்பதும் மேல் பாடலடிகளின் பொருளாகும். இதன் வழிக் கற்புடைய பெண்ணின் மழை ஆற்றல் குடும்ப உறுப்பினர் வளத்திற்கு மட்டுமல்லாது அரசனது செங்கோலாட்சிக்கும் நாட்டின் வளத்திற்கும் நீட்சி பெற்றுள்ளமையை அறிய முடிகின்றது. இதன் மூலம் நாட்டின் வளமை – வளமையால் ஏற்பட்ட செல்வச் செழிப்பு – செழிப்பு அடிப்படையில் அமைந்த அரசாட்சி – அரசு – இவை எல்லாவற்றிற்கும் அடிப்படை ஆகிவிட்ட குடும்பம் ஆகியவை பத்தினிப் பெண் மூலம் ஒரு நேர்க்கோட்டிற்குள் ஒழுங்குப் படுத்தப்படுகின்றன என்பதையே மேல்பாடல்கள் உள்ளடக்கமாகக் கொண்டுள்ளன. ஒரு பெண்ணின் மழை தரும் ஆற்றல் கணவனோடும் கற்போடும் அரசோடும் சமுதாயத்தோடும் இணைத்துப் பார்க்கப்பட்ட நிலையை இதன்மூலம் அறிய முடிகின்றது.

கண்ணகி மழையாற்றல்: படிமலர்ச்சி நிலை

கண்ணகி மழை தரும் ஆற்றல் பெற்றிருந்தமைக்கு முதன்மைக் காரணம் அவள் கற்புடையளாய் இருந்தமையே என்பதும் கற்புடைக் கண்ணகி கணவன் அன்றிப் பிற தெய்வங்களைத் தொழாதவள் என்பதும் சிலப்பதிகாரம் தரும் விளக்கங்கள் ஆகும். இக்கருத்தை விவரிக்கும் வண்ணம் சிலப்பதிகாரத்துள் ஒரு நிகழ்வு இடம் பெறக் காணலாம். கோவலனைப் பிரிந்து வருத்தமுற்றிருந்த கண்ணகியிடம் தேவந்தி 'இப்பிரிவுத் துயருக்குக் காரணம் பழம் பிறப்பில் கணவனுக்காகச் செய்ய வேண்டிய ஒரு நோன்பினைச் செய்யாது தவறினாய், அதுவே இப்பிறப்பில் உன்னை வருத்திற்று. கடலோடு காவிரி சென்று கலக்கும் நெய்தலங் கானலிடத்துச் சோம குண்டம் சூரிய குண்டம் எனும் இருதுறைகளில் நீராடிக் காமவேள் கோட்டம் சென்று தொழுதவர் தம் கணவரோடு கூடி இன்புறுவர். எனவே நாமும் அவ்வாறு

நீராடித் தொழுவோம்' என்று கூறினாள். அதனைக் கேட்ட கண்ணகி 'இது நற் குலத்தில் பிறந்தார்க்குப் பெருமை தருவது இல்லை' என்று மறுத்துக் கூறினாள். இதனைப் பின் வரும் பாடலடிகள் விவரிக்கும்

... ... பொற்றொடீஇ
கைத்தாயும் அல்லை கணவற்கு ஒருநோன்பு
பொய்த்தாய் பழம்பிறப்பில் போய்க்கெடுக உய்த்துக்
கடலொடு காவிரி சென்றலைக்கும் முன்றின்
மடலவிழ் நெய்தலங் கானல் தடமுள
சோம குண்டம் சூரிய குண்டம் துறை மூழ்கிக்
காம வேள் கோட்டம் தொழுதார் கணவரொடு
தாமின்புறுவர் உலகத்துத் தையலார்
போகம் செய் பூமியினும் போய்ப் பிறப்பர்
                      யாமொருநாள்
ஆடுதும் என்ற அணியிழைக்கு அவ்வாயிழையாள்
பீடன்று என இருந்த பின்பு

(சிலம்பு. 9: 54-64)

இப்பாடல்களுக்கு விரிவாக உரை எழுதும் அடியார்க்கு நல்லார் 'பீடன்று' என்பதற்குத் 'தெய்வம் தொழுதல் எங்களுக்கு இயல்பு அன்று' என்று கண்ணகி மறுமொழி கூறுவதாக விளக்குவர். ஆகக் கண்ணகி கணவன் அன்றிப் பிறதெய்வங ்களைத் தொழாதவள் என்பதும் அதனால்தான் அவளுக்கு மழை, தீ முதலியன ஏவல் கேட்டன என்பதும் தெரிய வருகின்றன. இவ்வாறான ஆற்றல் தாய்ச் சமூக மரபிலிருந்து தோன்றிச் சிலப்பதிகாரக் காலம்வரை ஒரு வகையான படிமலர்ச்சியைப் பெற்றிருந்தமையை உணர முடிகின்றது. இதனைப் பின்வருமாறு புரிந்து கொள்ள முடியும்.

1. இயற்கையின் இயல்பும் சீற்றமும் புராதன மக்களை வியப்பில் ஆழ்த்தி இருக்க வேண்டும். அச்சத்திலும் ஆழ்த்தி இருக்க வேண்டும். எனவே அதனைக் கட்டுக்குள் கொண்டு வரவும் ஏவல் கொள்ளவுமான முயற்சியைத் தொடர்ந்து மனிதமனம் மேற்கொண்டது.

2. இதன்பயனாக இயற்கையின் மீது 'தொத்து முறை' 'பாவனை முறை' முதலான மந்திர ஆற்றல்களை ஆதி மனிதன் செலுத்தி அவற்றைக் கட்டுக்குள் கொண்டு வரும் ஒரு வகையான நம்பிக்கைச் சடங்குகளை மேற்கொண்டான்.

3. இச்சடங்குகளின் ஊடாக இயற்கை நிகழ்வுகள் இயல்பாக நிகழ்ந்த விடத்து அது சடங்குகளின் பயன் என்றும்

அச்சடங்குகளைச் செய்த பூசாரி அல்லது சடங்குத் தலைவனின் செயல் எனவும் நம்பத் தலைப்பட்டான். எவரது சடங்குகள் நிகழும் போது இயற்கை ஏவல் கொள்ளப் பெறுகின்றதோ அவர்கள் புனித ஆற்றல் மிக்கவராக வழிபடவும் பெற்றனர்.

4. இப்படியான புனித ஆற்றல்களைப் பெற்றிடவும் தக்க வைத்துக்கொள்ளவும் ஏராளமான செயல் முறைகளை ஆதி மனித இனம் மேற்கொண்டமையும் தெரியவருகின்றது.

5. ஆதி புராதன சமூகத்தின் தலைமை பெண்வழியில் இருந்தமையால் புனித ஆற்றல்களைப் பெற்றிருந்து சடங்குகளைச் செய்பவர் பெண்களாகவே அமைந்திருந்தனர்.

6. சமயத் தலைமை, சடங்கு, மந்திர ஆற்றல், இனத் தலைமை முதலான பலவற்றையும் பெண்களே ஏற்றிருந்தனர்.

7. இவ்வாறான பண்புகளுள் ஒன்றே மழைதரும் ஆற்றல் ஆகும். இந்த ஆற்றலைப் பெறவும் தக்கவைத்துக் கொள்ளவும் பெண்கள் பல்வேறு வழிமுறைகளை மேற்கொண்டிருந்தமையை உணர முடிகின்றது.

8. தாய்வழிச் சமூக அமைப்பில் பெண்கள் பெற்றிருந்த பல்வேறு ஆற்றல்களும் தலைமைகளும் தந்தைவழிச் சமூக அமைப்பில் பெரும் மாறுதல்களுக்கு உட்பட்டன. பல்வேறு பண்புகள் அழிந்துபோயின. பல்வேறு பண்புகள் தந்தை வழிச்சமூக அரசியலுக்கு ஏற்றவாறு தம்மைத் தகவமைத்துக் கொண்டன.

9. தாய்வழிச் சமூக அமைப்பில் மழை தரும் ஆற்றல் இருந்தமைக்குப் பெண்களின் புனித மந்திர ஆற்றல் என்று நம்பப்பெற்றது. இது தந்தை வழிக்கு மாறிய போது இப்புனித ஆற்றலைத் தக்க வைத்துக்கொள்ள வேண்டுமென்றால் அவள் தன் கணவனைத் தொழுதல் வேண்டும் என்று தகவமைக்கப் பெற்றது.

10. இவ்வாறு தகவமைக்கப் பெற்ற நிலையையே கண்ணகியின் மழைதரும் ஆற்றல் பண்பில் காணமுடிகின்றது என்று முடிவுரைக்க முடியும்.

பின்னுரை

கண்ணகி தொன்மம் என்பது பண்டைக் காலத்தில் நிறுவன மதச் சார்பற்ற நிலையில் நாட்டுப்புற மரபில் வழங்கி வந்திருத்தல் வேண்டும். பிற்காலத்தில் அதனுடைய செல்வாக்குப் பல்வேறு மதச்சார்பான நிலைப்பாடுகளைக் கொண்டுள்ளதாக உருவாவதற்குக் காரணமாகிவிட்டது. கண்ணகி தொன்மத்தின் ஆதி வித்து தமிழ்நாட்டில் நிலவி இருந்த தாய்வழிச் சமூக மரபுகளுக்கு உரியது. பின்னாளில் பல்வேறு மதம் சார்ந்த செயற்பாடுகள் கண்ணகி தொன்மத்தின் ஆதி நிலையை மங்கச் செய்து விட்டன. இராமாயணம், பாரதம் போலக் கண்ணகி கதையும் ஒரு தொல் படிமமாகத் (Arche Type) தமிழ்க் கதைக் களஞ்சியத்தில் இன்று நிலைபேற்றை அடைந்துள்ளது. எனவே தான், கண்ணகி தொன்மம் ஏறத்தாழ ஈராயிரம் ஆண்டுகளாகத் தமிழ்ச் சமூகத்தில் தொடர்ந்து இயக்கம் பெற்றுள்ளது. இராமன் கதை வைணவ ராமாயணம், சைவ ராமாயணம், பௌத்த ராமாயணம், சைன ராமாயணம் என வழங்குவது போலக் கண்ணகி கதையையும் சமண, பௌத்த, இந்து, நாட்டார் சமயங்கள் உள்வாங்கித் தம் கதைப் பிரதிகளை வெளிப்படுத்துவது நிகழ்ந்துள்ளது (செந்தீ நடராசன், 2012).

சிலப்பதிகாரத்தின் பிந்தைய காலத்தில் கண்ணகி தொன்மம் பெற்ற செல்வாக்கு அதன் தோற்றம் பற்றிய கருத்து நிலையில் விவாதத்தைத் தோற்றுவித்துள்ளது. கண்ணகி தொன்மம் ஏராளமான பிரதிகளை இலக்கியமாகவும் வழி பாடாகவும் சடங்குகளாகவும் வாழ்வியல் மரபுகளாகவும் தோற்றுவித்த நிலையில் அதனைச் 'சிலப்பதிகாரம்' எனும் ஒரு பிரதியில் அடக்கிவிடுவது அரசியல் சார்புடையது. அவ்வாறு அதன் எல்லையைச் சுருக்கி அதன் தோற்றம் தமிழ் மரபிற்கு உரியது இல்லை என்று கூறுவதும் அரசியல் சார்புடையது.

கண்ணகி பெயரே தமிழ்ப்பெயர் இல்லை என்பதும் கண்ணகி உள்ளிட்ட பத்தினி வழிபாடு தமிழ்நாட்டிற்கு அயலகத்தில் இருந்துதான் வந்து நிலைபேறு கொண்டது என்பதும் ஒரு சார்புடையவை. கண்ணகி பெயர் தமிழ்ப் பெயர் என்பதற்கு எளிய இலக்கண மரபுகளும் முன் சான்று களும் உள்ள நிலையில் வலிந்து அதனை வடமொழிப் பெயர் என்று கூறவேண்டியது இல்லை. அதேபோல் எகிப்திலிருந்து அல்லது இலங்கையில் இருந்துதான் பத்தினி வழிபாடு தமிழ்நாட்டிற்கு வந்தது என்பதும் பொருந்துவதாக இல்லை. சமூகப் பரிணாம வளர்ச்சியில் ஒவ்வொரு சமூகமும் கற்பு என்ற பெயரில் பத்தினித் தொன்மங்களை உருவாக்குவது நிகழ்ந்துள்ளது. ஆண் ஆதிக்கம் நிலைபேறு கொள்ளவும் வாரிசுரிமை அடையாளம் காணவும் ஒரு கணவ மணமுறை வலுவடையவும் எந்தெந்தச் சமூகங்கள் மரபுகளை உருவாக்கிக் கொண்டனவோ அந்தச் சமூகங்களில் எல்லாம் பத்தினி மரபுகளை இனம் காண முடியும். எனவே, தமிழ்ப் பத்தினியர் வழிபாடு வெளியில் இருந்துதான் வந்தது என்று கூற வேண்டியதில்லை.

பத்தினித் தொன்ம உருவாக்கம் என்பதைத் தாய்வழிச் சமூக அமைப்பின் தொடர்ச்சியாகத்தான் புரிந்துகொள்ள முடிகின்றது. கணவனைக் கொலை செய்தல் அல்லது அரசக் கொலை எனும் தொன்மத்தின் விரிவாகவும் மாற்றுப் படிமலர்ச்சியாகவும் பத்தினித் தொன்மம் அமையக் காணலாம். தந்தைவழிச் சமூக அமைப்பில் இத்தொன்மம் 'கணவனுக்காகப் போராடுதல்' என்பதாக உருமாற்றம் பெற்றது. இவ்வாறான உருமாற்றமே கற்புக் கோட்பாடாகவும் பத்தினி வழிபாடாகவும் படிமலர்ச்சி பெற்றதை இந்த ஆய்வுரை விளக்கி உள்ளது.

சிலப்பதிகாரத்திற்கு மூலங்களை வழங்கிய தொன்மங்கள் என்று அறியப்பெற்ற பத்தினிச் செய்யுள், நற்றிணைப்

பாடலில் வரும் திருமாவுண்ணி வரலாறு, கண்ணகி பேகன் வரலாறு ஆகியன இந்த ஆய்வுரையில் விளக்கம் பெற்றுள்ளன. இத்தொன்மங்களை விரிவாக ஆராய்ந்து இத்தொன்மங்களில் இருந்துதான் கண்ணகி தொன்மம் உருவாக்கம் பெற்றது என்பதை இந்த ஆய்வுரை மறுத்துள்ளது. இத்தொன்மங்களின் சில கூறுகள் அடிப்படையில் ஒன்றாக இருந்த போதிலும் இவை வேறு வேறு சூழலில் வேறு வேறு காலத்தில் உருப்பெற்றவை என்பது விவரிக்கப்பட்டுள்ளது. பிற்காலத்தில் சிலப்பதிகாரத்தின் தொன்மையை நிறுவவேண்டிய சூழலில் இவை ஒன்றிணைக்கப் பட்டிருக்க வேண்டும்.

இவை அன்றிக் கண்ணகி கூற்றில் இடம்பெற்றுள்ள ஏழு பத்தினியர் வரலாறு தமிழகப் பத்தினியர் வரலாற்றில் குறிப்பிடத்தக்கது ஆகும். இப்பத்தினியர் மரபு பற்றிய தகவல்கள் செவ்விலக்கியங்களில் இடம் பெறவில்லை என்பதும் குறிப்பிடத்தக்கது. முதன் முதலில் சிலப்பதிகாரத்தில் தான் இடம் பெற்றுள்ளது. இப்பத்தினியர் வரலாறும் சரி அவர்தம் இயற்பெயர்களும் சரி தெளிவான நிலையில் குறிக்கப் பெறவில்லை. என்றாலும் இத்தொன்மங்கள் நாட்டுப்புற வழக்காற்றில் இடம் பெற்றிருந்து பின்னர்ச் சிலப்பதிகாரத்தில் வழக்குப் பெற்றிருக்க வேண்டும் என்பதை இந்த ஆய்வு விளக்கி உள்ளது.

கண்ணகி தொன்ம உருவாக்கம் தமிழ்ச்சமூக மண்ணில் எவ்வாறு நிகழ்ந்துள்ளது என்பதையும் தமிழ்ச்சமூகப் பண்பாட்டு மரபுகளை அது எவ்வாறு உள்வாங்கி உருப்பெற்றது என்பதையும் இந்த ஆய்வரை அடுத்த நிலையில் ஆராய்ந்துள்ளது. கண்ணகி தொன்ம உருவாக்கத்தில் இரு கூறுகள் முதன்மை மிக்கவை. அவை. தாய்ச் சமூக மரபுகள், தாய்த் தெய்வ மரபுகள் ஆகியன ஆகும். இவற்றுள் தாய்ச் சமூக மரபுகளை மட்டுமே இவ்வாய்வுரை மையப்படுத்தி உள்ளது. தாய்ச்சமூக மரபுகளுள்ளும் கண்ணகியின் முலையறுப்பும் கண்ணகியின் மழையாற்றலும் மட்டும் இங்கு ஆராயப்பெற்றுள்ளன. பெண்ணின் முலையறுப்பு எதிரியை அழிக்கும் ஆயுதமாக நம்பப் பெற்றுள்ளது என்பதும் இந்நம்பிக்கை புராதனத் தாய்ச் சமூகத்தில் வழக்குப் பெற்றிருந்த ஒன்று என்பதும் இவ்வாய்வுரை யில் ஆராயப் பெற்றுள்ளது. இதற்கென்று தமிழ் இலக்கியங் களில் காணப்பெறும் முலையறுப்புப் பற்றிய கருத்துகள், கேரளச் சமூகத்தில் வழக்கில் இருந்த ஈழவப் பெண் முலையறுப்பு, புத்த ஜாதகக் கதைகளில் காணப்பெறும் பெண் முலையறுப்புக் கதைகள், அமேசான் போராளிப் பெண்களின் முலையறுப்பு,

பாட், சாரன் எனப்படும் பழங்குடிப் பாண்மரபினரின் முலையறுப்பு ஆகிய தரவுகள் மிக விரிவாக விளக்கம் பெற்றுள்ளன. முலையறுப்பு என்பது ஏன் என்ற வினா ஆராய்ச்சியாளர் இடையே பெரும் விவாதத்தை ஏற்படுத்தி உள்ளதையும் அறிய முடிகின்றது. அதற்கான காரணத்தை ஆராய்ச்சியாளர்கள் தந்தைவழிச் சமூக மரபில் தேடிச் சோர்வடைந்துள்ளதையும் உணர முடிந்தது. ஆயின் தாய்வழிச் சமூக மரபில்தான் முலையின் ஆற்றல் பற்றியும் அதன் புனிதம் பற்றியும் பல்வேறு விதமான தரவுகளைப் பெற முடிந்தது. தமிழ்ச் சமூக மரபில்தான் முலையின் ஆற்றல் பற்றிய தரவு கிடைத்துள்ளது. முலைப்பால் உண்ட ஆண் ஒருவன் போரில் வெல்ல முடியாத மறவனாக உருவாகிறான் என்ற தொன்மம் தமிழ் மரபில் காணப்படுகின்றது. அதேபோல் முலையின் புனித ஆற்றல் பற்றிய கருத்து நிலைகளை 'அணங்கு' எனும் தொன்மத்தோடு பொருத்திப் பார்க்கும்போதுதான் முலையறுப்பு ஏன் என்ற வினாவிற்கு விடை கிடைக்கின்றது. முலையில் வீற்றிருந்த அணங்கு எனும் ஆற்றல் அதனை அறுத்து எறியும் போது அதீத ஆற்றலாக ஐம்பூத ஆற்றலாக வடிவெடுத்து எதிரியை அழித்துள்ளது. இவ்வாறான தாய்வழிச் சமூக நம்பிக்கையே கண்ணகி தொன்மத்தின் மிக முதன்மையான அடிப்படைக் கூறாக விளங்கிச் சிலப்பதிகாரக் காப்பியத்தின் முன்னும் பின்னுமான கதை ஓட்டத்தைப் பிணைத்துள்ளமையை உணருதல் வேண்டும்.

கண்ணகி தொன்மத்தின் பிறிதொரு அடிப்படை மழை தரும் ஆற்றல் ஆகும். மழை முதலான ஐம்பூதங்களாகிய இயற்கையை ஏவல் கொள்ளும் அணங்காற்றல் தாய்வழிச் சமூகத்தில் பெண்களுக்கு இருந்துள்ளது. இந்த ஆற்றலைப் பெறுவதற்கான சடங்குகள் முதலியவற்றை ஆதி தாய் மேற்கொண்டிருக்க வேண்டும். உலக மக்கள் இனங்கள் பலவற்றிலும் இயற்கையின் அச்சத்திலிருந்து விடுபெறவும் இயற்கையின் வளமையைப் பெறுவதற்கும் ஏராளமான சடங்குகள் மேற்கொள்ளப் பெற்றுள்ளதை மானுடவியல் தரவுகள் விவரித்துள்ளன. தமிழ் மண்ணிலும் பெண் மழையை ஏவல் கொள்ளும் மரபுகள், மழையை ஏவல் கொள்ளும் பிற மரபுகள் நிரம்பக் காணப் பெறுவதை அறிய முடிகின்றது. இவ்வாறான மழை தரும் ஆற்றலே கண்ணகி தொன்மத்தின் அடிப்படையாக இருந்துள்ளதை உணருதல் வேண்டும். கண்ணகி தொன்மத்தின் மழை தரும் ஆற்றல் தாய்வழிச் சமூக மரபின் தொடர்ச்சி என்றாலும் அது தந்தைவழிச் சமூக மரபிற்கு ஏற்பத் தம்மை தகவமைத்துக் கொண்டுள்ளதை

அறிதல் வேண்டும். தாய்வழிச் சமூகத்தில் உருவாகி இருந்த பெண்களுக்கான மழைதரும் ஆற்றல் என்பது தந்தைவழிச் சமூக அமைப்பில் கணவனை வழிபடுவதன் மூலம் ஒரு பெண் அடைய முடியும் என மாற்றம் பெற்றுள்ளது. கணவனைத் தொழாது பிற தெய்வங்களை வணங்கும் பெண்களிடம் இந்த ஆற்றல் விலகிப் போய்விடும் என்றும் நம்பப் பெற்றுள்ளது. மழைதரும் ஆற்றலின் படிமலர்ச்சி நிலையாக இதனைக் கருதுவதோடு இதன் அடிப்படையில் இயங்கி உள்ள ஆண் மைய அரசியலையும் புரிந்துகொள்ள வேண்டும்.

இவ்வாறாகப் பல்வேறு நிலைகளில் தமிழ்ப் பண்பாடு சார்ந்த மரபுகளைப் பெற்றுள்ள கண்ணகி தொன்மம் தமிழ் மண்ணிற்கு உரியது என்று முடிவு கூற முடியும்.

துணை நூல்கள்

அறவாணன், க.ப. 1992. *தமிழிலக்கியச் சமூகவியல்*. புதுச்சேரி: தமிழ்க் கோட்டம்.

அய்யப்பன், கா. (பதி). 2009. *சிலப்பதிகாரம்: பன்முகப் பார்வை*. சென்னை: மாற்று.

இராகவையங்கார், மு. 1938. *ஆராய்ச்சித் தொகுதி*. திருச்சிராப்பள்ளி: பழனியப்பா பிரதர்ஸ்.

இராகவையங்கார், மு. 1947. *சேரன் செங்குட்டுவன்*. திருச்சிராப்பள்ளி: பழனியப்பா பிரதர்ஸ்.

கந்தசாமி, சோ.ந. 2003. *இந்தியத் தத்துவக் களஞ்சியம்*. சிதம்பரம்: மெய்யப்பன் பதிப்பகம்.

கிருட்டினசாமி, க. 1981. *நாட்டுப்புறப் பாடல்களில் வளமை நம்பிக்கைகளும் சடங்குகளும். நாட்டார் வழக்காற்றியல் ஆய்வுகள்*. திருநெல்வேலி: பாரிவேள் பதிப்பகம்.

கைலாசபதி, க. 1970. *அடியும் முடியும்: இலக்கியத்திற் கருத்துகள்*. சென்னை: பாரி நிலையம்.

சியாமளா, ஜெ. 2010. *புறநானூற்றில் மெய்ப்பாடு* (முனைவர் பட்ட ஆய்வேடு), புதுச்சேரி: புதுச்சேரி மொழியியல் பண்பாட்டு ஆராய்ச்சி நிறுவனம்.

சிவசுப்பிரமணியன், ஆ. 1988. *மந்திரமும் சடங்குகளும்*. சென்னை: மக்கள் வெளியீடு.

சிவசுப்பிரமணியன், ஆ. 2005. *தமிழகத்தில் அடிமைமுறை*. நாகர்கோவில்: காலச்சுவடு.

சீனிவாச அய்யங்கார், பி.டி. 1929. *தமிழர் வரலாறு*. சென்னை: சைவசித்தாந்த நூற்பதிப்புக் கழகம்.

சுதர்சன். மு. 1998. சங்கப் பெண்பாற் புலவர்களும் பெண் அடையாளப் பதிவுகளும், *யாணர்: பெண்ணிய ஆய்வுகள்*. புதுச்சேரி: புதுச்சேரி மொழியியல் பண்பாட்டு ஆராய்ச்சி நிறுவனம்.

சுப்பிரமணிய ஆச்சாரியார், வெ.சு. 1946 (2012). *சிலப்பதிகார ஆராய்ச்சி*. சென்னை: சேகர் பதிப்பகம்.

சுப்பிரமணியன், கா. 1982. *சங்ககாலச் சமுதாயம்*. சென்னை: என்.சி.பி.எச்.

செல்வராசு, சிலம்பு நா. 2002. *வள்ளுவப் பெண்ணியம்*. திருச்சிராப்பள்ளி: தாயறம்.

செல்வராசு, சிலம்பு நா. 2009. *பண்டைத் தமிழர் திருமண வாழ்க்கை*. சென்னை: காவ்யா.

செல்வராசு, சிலம்பு நா. 2006. *பண்டைச் சமூக உருவாக்கமும் சிலப்பதிகாரத்தின் இலக்கிய அரசியலும்*. தஞ்சாவூர்: அகரம்.

செல்வராசு, சிலம்பு நா. 2010. *சங்க மரபுகள்: கட்டுடைப்பும் கட்டமைப்பும்*. தஞ்சாவூர் : அகரம்.

செந்தீ நடராசன். 2012. *புலைப்பேடி என்றொரு விசித்திர வழக்கம்*. சென்னை: என்.சி.பி.எச்.

துரையரங்கசாமி, மொ. அ. 1960. *சங்ககாலச் சிறப்புப் பெயர்கள்*. சென்னை: பாரி நிலையம்.

நீலகண்ட சாஸ்திரி, 1966. *தென்னிந்திய வரலாறு*. *இலங்கை*: அரசாங்கப் பாஷைப் பகுதி வெளியீடு.

பக்தவத்சல பாரதி. 1990. உலக நாடுகளில் தமிழர் பண்பாட்டுப் பரவல்: மானிடவியல் அணுகுமுறைகள். *தமிழ்க்கலை*. 5: 1,2. தஞ்சாவூர்: தமிழ்ப் பல்கலைக்கழகம்.

பக்தவத்சல பாரதி. 2013. *பாணர் இனவரைவியல்*. சென்னை: உலகத் தமிழாராய்ச்சி நிறுவனம்.

பரமசிவன், தொ. 2013. *இளங்கோவின் அரசியல்*. *சிலப்பதிகாரம்*: கவிதையியல் – பண்பாட்டியல் – மொழியியல் –

அரசியல். புதுச்சேரி: புதுச்சேரி மொழியியல் பண்பாட்டு ஆராய்ச்சி நிறுவனம்.

பிள்ளை, கே.கே. 1981. *தமிழக வரலாறு மக்களும் பண்பாடும்*, சென்னை: தமிழ்நாட்டுப் பாட நூல் நிறுவனம்.

பெருமாள், அ.கா. 2011. *பழந்தமிழர் வழிபாட்டு மரபுகள் (கட்) பண்டைத் தமிழர் சமய மரபுகள்*. புதுச்சேரி: புதுச்சேரி மொழியியல் பண்பாட்டு ஆராய்ச்சி நிறுவனம்.

மகேசுவரன். சி, 1987. உயிர்ப்பலி. *வாழ்வியல் களஞ்சியம்*, தஞ்சாவூர்: தமிழ்ப் பல்கலைக்கழகம்.

வையாபுரிப் பிள்ளை. 1954. (1991). *காவிய காலம்*. சென்னை: பாரி நிலையம்.

வின்செண்ட் பிரிட்டோ. 1991. *கோலம் மாறினால் ஓலம் மாறுமா*. இறையியல் தொகுப்பு ஏடு. சென்னை: அருட்கடல்.

ரூத் பெனிடிக். 1964. *பண்பாட்டுக் கோலங்கள்*, சுப்ரமணியன், கே.பி. *(மொ.பெ)*. Bureau of Tamil Publication.

ரோஸலிண்ட் மைல்ஸ். ராதாகிருஷ்ணன், வி. *(மொ.பெ)* 2001. *உலக வரலாற்றில் பெண்கள்*. சென்னை: என்.சி.பி.எச்.

ஜாய் ஞானதாசன். கிருஷ்ணசாமி, பொன் *(மொ. பெ.)* 1998. *ஒரு மறக்கப்பட்ட வரலாறு*. மதுரை: இந்தியக் கல்விக் கழகம்.

Dianne E. Jenett. 2001. *Menstruating Women/Menstruating Goddeses: Sangam Era (100-500 CE) to the present metaformia.* (E. Journal) sites of sacred pour in Kerela, Soth India.

Fynes, R.C.C. 1993. *Isis and Pattini*: *The Transmission of a Religious Idea From Roman Egypt to India*. JRAS, Series 3,3,3, pp. 377-391.

Mirando Obeyasekere. *A Critical Ciew on the Pattini Cult in Srilanka*. w.w.w.srilankagurdian. org.

Manickam, S. 1988. *Studies in Missionary History*. Chennai: The Christian Literature society.

w.w.w. *The Woman Warriors of the Amazon*. Com. www. *Indian Mirror*.com.